വി. വി. രവീന്ദ്രൻ

കാസർഗോഡ് ജില്ലയിലെ തൃക്കരിപ്പൂരിൽ ജനനം.

പിതാവ് : കെ. കുഞ്ഞിരാമൻ. മാതാവ് : വി.വി. തമ്പായി.

കണ്ണൂർ ജില്ലയിലെ പെരിങ്ങാനം ഗവൺമെൻറ് എൽ.പി. സ്കൂൾ പ്രധാനധ്യാപകൻ.

വിദ്യാഭ്യാസ വകുപ്പിന്റെ വിദ്യാരംഗം പുരസ്കാരം (നാടക രചന), അധ്യാപകദിന കവിയരങ്ങ് പുരസ്കാരം, സംസ്ഥാന അധ്യാപക പ്രതിഭാ പുരസ്കാരം, അജിത് ബാലകൃഷ്ണൻ ഫൗണ്ടേഷൻ നൂതന അധ്യാപക അവാർഡ്, വി. എം. വിഷ്ണു നമ്പീശൻ സ്മാരക പുരസ്കാരം, പേരക്ക സാഹിത്യോത്സവ് കഥാപുരസ്കാരം എന്നിവ ലഭിച്ചു. സംസ്ഥാന കലോത്സവ നാടക മത്സരങ്ങളിൽ മികച്ച നാടകത്തിനുള്ള സമ്മാനങ്ങൾ ലഭിച്ചിട്ടുണ്ട്.

ദി ട്രെയിൻ, മക്കളെ തേടുന്ന സാറ, അംബികാസുതന് ഇനിയും ചിലത് പറയാനുണ്ട്, സ്രാമ്പി എന്നിവയാണ് പ്രസിദ്ധീകരിച്ച കൃതികൾ.

ഭാര്യ : ദിവ്യ. കെ.പി .

മക്കൾ : തേജസ്വിനി, വൈഗ.

വിലാസം : എടാട്ടുമ്മൽ, പി.ഒ.തൃക്കരിപ്പൂർ, കാസർകോട്-671310

ഫോൺ : 9400515869

Email : raveendranvyga@gmail.com

Malayalam Language
Pandyala
(Stories)
by
V. V. Raveendran

♦

Published in April 2023
by Kairali Books Private Limited
Thalikkavu Road, Kannur.
Ph : 0497-2761200
Email : kairalibooksknr@gmail.com

♦

Cover Design
Shyju Kannan

♦

Illustrations & Cover Painting
Madhurima A.S

♦

Printed at
Printing Park, Tly.

Price ₹ : 190.00
10/23-24/Sl.No 1436/500/NS 18.6
ISBN 978-93-93397-69-0

പാണ്ട്യാല

വി. വി. രവീന്ദ്രൻ

കൈരളി ബുക്സ്

ഉള്ളടക്കം

എന്റെ വായനക്കാരോട്

മണ്ണും മഴയും
മഞ്ഞും മാനവും
കുന്നും കുളിരും
കാടും കടലും

എന്നും എനിക്ക് ഓരോ അത്ഭുതമായിരുന്നു. അവ മനസിൽ നിറഞ്ഞ് പതയുമ്പോൾ അറിയാതെ ഞാനതിൽ അലിഞ്ഞുചേർന്നിട്ടുണ്ട്. അവയുടെ തുറസായ ലോകത്തിലൂടെ ഏകനായി നടന്നിട്ടുണ്ട്. അവയുടെ വളർച്ചയിൽ ആനന്ദിച്ചിട്ടുണ്ട്. തളർച്ചയിൽ വല്ലാതെ മനസ്സ് നൊന്തിട്ടുണ്ട്. അവ ഓരോന്നും എന്നിൽ ഓരോ വികാരമായി മാറിയപ്പോൾ പലതും കുത്തിക്കുറിച്ചിട്ടുണ്ട്. കഥയായും കവിതയായും ലേഖനങ്ങളായും നാടകങ്ങളായും അങ്ങനെയങ്ങനെ...

ഒൻപതാം ക്ലാസ്സിൽ പഠിക്കുമ്പോഴാണ് ആദ്യ കഥ പ്രസിദ്ധീകരിച്ചത്. മാതൃഭൂമി ആഴ്ചപ്പതിപ്പിലെ ബാലപംക്തിയിൽ. ആഴ്ചപ്പതിപ്പിനോടൊപ്പം തപാലിൽ ഒരു പോസ്റ്റ് കാർഡും. പച്ചമഷിയിൽ മലയാളത്തിന്റെ പ്രിയകവി കുഞ്ഞുണ്ണി മാഷുടെ കുഞ്ഞെഴുത്ത്.

'രവീന്ദ്രാ... ഉള്ളിൽ ഒരു കഥാകാരനുണ്ട്. നന്നായി വായിക്കുക. ഒപ്പം എഴുതുക.' കുഞ്ഞുണ്ണി മാഷുടെ എഴുത്തിലെ പച്ചപ്പ് എന്നിൽ തളിർത്തു. പൂത്തു. കായ്ച്ചു. അവ കുഞ്ഞെഴുത്തുകളായി മാറി. ആൻഖ്, സൂചിമുഖി, ശാസ്ത്രകേരളം, ശാസ്ത്രഗതി എന്നിവയിലൂടെ എഴുത്തിന്റെ ലോകത്തിലേക്ക് യാത്ര തുടങ്ങി. ആ യാത്രയ്ക്കിടയിൽ ദി ട്രെയിൻ, മക്കളെ തേടുന്ന സാറ, സ്രാമ്പി, അംബികാസുതന് ഇനിയും ചിലത് പറയാനുണ്ട് തുടങ്ങിയ പുസ്തകങ്ങൾ പിറന്നു.

'മരണം അനിവാര്യമാണ്. എന്നാൽ ജീവിതാവിഷ്കാരത്തിൽ മരണത്തിന് ഇത്രയേറെ മുൻതൂക്കം നൽകിയ നാടകങ്ങൾ ഇതിനുമുമ്പ് ആരും രചിച്ചതായി എന്റെ ശ്രദ്ധയിൽ പെട്ടിട്ടില്ല. രവീന്ദ്രന്റെ നാടകങ്ങൾ ഒരർത്ഥത്തിൽ ഷേക്സ്പിയറിയൻ ദുരന്ത നാടകങ്ങളെയാണ് അനുസ്മരിപ്പിക്കുന്നത്. '

മലയാളത്തിന്റെ നാടകാചാര്യൻ പിരപ്പൻകോട് മുരളി സാറിന്റെ വാ

ക്കുകൾ എന്റെ എഴുത്തിന് കരുത്ത് പകർന്നിട്ടുണ്ട്.

എന്റെ നേരനുഭവങ്ങളോടൊപ്പം വായനാനുഭവം ഇഴുകി ചേരുമ്പോൾ ഉതിർന്നു വന്നതാണ് എന്റെ ഓരോ എഴുത്തുകളും. അതിൽ ഞാൻ പിറന്ന നാടുണ്ട്. ഞാൻ വളർന്ന നാടുണ്ട്. എന്നെ വളർത്തിയ നാടുണ്ട്. കൂടെ നടന്നവരുണ്ട്. ഒപ്പം ചേർത്തു നിർത്തിയവരുണ്ട്.

മനസിൽ മുളപൊട്ടുന്ന ആശയത്തിന്റെ കുഞ്ഞു വിത്തുകളെ ഞാൻ അനുഭവിച്ചറിഞ്ഞ ഭൂമികയിൽ പറിച്ചു നട്ടതാണ് എന്റെ എഴുത്തുകളോരോന്നും.

പ്രകൃതിയുടെ തുടിപ്പുകളിൽ ഓരോ കഥയുണ്ടെന്ന് വിരൽചൂണ്ടി കാണിച്ചു തരുന്ന പരിസ്ഥിതി പ്രവർത്തകൻ ടി.പി. പത്മനാഭൻ മാസ്റ്റർ, ഓരോ എഴുത്തും ആദ്യം വായിച്ച് കരുത്ത് പകരുന്ന പ്രിയ ഗുരുനാഥൻ ഏ.കെ.ശ്രീധരൻ മാസ്റ്റർ,

ഓരോ എഴുത്തിനും നിദാനമായ അനുഭവങ്ങൾ അവരറിയാതെ എനിക്കു സമ്മാനിക്കുന്ന എന്റെ ശിഷ്യന്മാർ, കൂട്ടുകാർ,

എന്റെ സൃഷ്ടികൾ വായനക്കാരിലെത്തിക്കുന്നതിന് എന്നെ ചേർത്തു നിർത്തുന്ന TKR24 ഓൺലൈൻ ന്യൂസ്ചാനൽ , ഒപ്പം എന്റെ എഴുത്തുകൾ വായിച്ച് അനുഭവങ്ങൾ പങ്കു വെക്കുന്ന കേരളത്തിനകത്തും പുറത്തും വിദേശത്തുമുള്ള പ്രിയ വായനക്കാർ, പാണ്ട്യാലയ്ക്ക് അവതാരിക എഴുതിത്തന്ന ഗ്രന്ഥാലോകം എഡിറ്റർ പി.വി.കെ. പനയാൽ സാർ, പാണ്ട്യാലയിലെ കഥകൾക്ക് മനോഹരമായ ചിത്രങ്ങൾ വരച്ചു തന്ന മധുരിമ എ.എസ്. ഓരോ കഥയും വായിച്ച് ആവശ്യമായ നിർദേശങ്ങൾ നൽകിയ സുകുമാരൻ നീലമ്പത്ത്, എന്നിലെ സാഹിത്യചിന്ത ഉണർത്തുവാൻ കൂടെ കൂട്ടുന്ന പ്രസാധകർ കൈരളി ബുക്സ് , എല്ലാവരേയും ഇടനെഞ്ചോട് ചേർത്ത്

നന്ദി

നന്ദി

നന്ദി.

പാണ്ട്യാലയിലെ ഓരോ കഥയും മണ്ണിന്റെ മണമുള്ളതാണ്. മനുഷ്യ ബന്ധത്തിന്റെ ആഴവും പരപ്പും നിറഞ്ഞതാണ്.

പ്രിയ വായനക്കാർ ഈ പുസ്തകവും ഹൃദയത്തോടു ചേർത്തു വെക്കുമെന്ന് പ്രതീക്ഷിക്കുന്നു.

വി. വി. രവീന്ദ്രൻ

നാടൻ കാറ്റിന്റെ ഈണങ്ങൾ

പി.വി.കെ. പനയാൽ

നിത്യജീവിതത്തിൽ കണ്ടുമുട്ടുന്ന കഥാപാത്രങ്ങൾ. ചേർത്തു നിർത്താൻ പ്രേരിപ്പിക്കുന്ന തെളിച്ചമുള്ള കഥകൾ. ആകാശം പോലെ സത്യസന്ധമായ കഥാന്തരീക്ഷം. വി. വി. രവീന്ദ്രന്റെ കഥകളിലൂടെ കടന്നുപോകുമ്പോൾ കുറിച്ചിടാൻ തോന്നുന്ന സത്യപ്രസ്താവന.

ജീവന്റെ ഗർഭപാത്രമാണ് മണ്ണ് എന്ന യാഥാർത്ഥ്യമാണ് വി.വി. രവീന്ദ്രൻ കഥകളുടെ പ്രാണവായു. മണ്ണിൽ മുളപൊട്ടുന്ന വിത്തുകൾ. സസ്യങ്ങൾ. വൻമരങ്ങൾ. മണ്ണിനെ പൊതിഞ്ഞുനിൽക്കുന്ന വേരുകൾ. ജീവജാലങ്ങളുടെ സുരക്ഷിതതാവളം.

ആകാശം പെയ്യുന്ന മേഘജാലങ്ങളുടെ ഹർഷോന്മാദം കരുതൽ ശേഖരമായി മണ്ണിലേക്ക്. തെളിനീർ കണങ്ങൾ ചേർന്ന് അരുവികൾ. അരുവികൾ പുഴയായി മാറുന്ന അത്ഭുതക്കാഴ്ചകൾ. കാടിന്റെ സുരക്ഷിതത്വത്തിലും തീരങ്ങളിലെ നിറച്ചാർത്തുകളിലും മദിച്ചു പുളച്ചു കഴിയുന്ന ജീവജാലങ്ങൾ. അവയോടിണങ്ങിക്കഴിയുന്ന മനുഷ്യർ.

മനുഷ്യന്റെ ആർത്തിയുടെ കോമ്പല്ലുകളിൽ ജീവന്റെ ചോര. പിടയുന്ന ആവാസവ്യവസ്ഥ. അകലുന്ന മനുഷ്യബന്ധങ്ങൾ. ഈ കൊച്ചു പുസ്തകത്തിലെ കഥകളോരോന്നും പുതിയ ലോകത്തെ മനുഷ്യരുടെയും ശിഥിലമാകുന്ന ബന്ധങ്ങളുടെയും കറുപ്പുമഷിയിൽ മുക്കിയെഴുതിയ കഥകളാണ്.

ചുമടുതാങ്ങിയിരുന്നത് അമ്മയാണ്. (ചുമടുതാങ്ങി) 'അമ്മ' ഇവിടെ എല്ലാ കഥകളുടെയും അന്തർധാരയായി നിലനിൽക്കുന്നുണ്ട്. പ്രകൃതി എന്ന അമ്മ. 'ചുമടുതാങ്ങി'യിൽ അത് അജു എന്ന അർജുനന്റെ അമ്മയാണ്. അപ്പോഴും കഥയുടെ അടിത്തട്ടിൽ പ്രകൃതി എന്ന അമ്മയുടെ നിലവിളികൾ കേൾക്കാൻ കഴിയുന്നുണ്ട്. ബഷീർ കഥകളിലെ ജീവിതം പോലെയാണ് അമ്മയുടെ ജീവിതം. എരുമയും പശുവും, ആടും കോഴിയും അർജുനനും എല്ലാം ചേർന്നതാണ് അമ്മയുടെ കുടുംബം. മകൻ അർജുനനുള്ള സ്ഥാനം തന്നെയാണ് വീട്ടിൽ വെള്ളയിൽ കറുത്ത

പുള്ളികളുള്ള 'മണിക്കുട്ടി' എന്ന ആടിനുമുള്ളത്. ഒരു ഡസൻ ആടുകളുണ്ട്. കണ്ണുതെറ്റിയാൽ കഞ്ഞിക്കലത്തിന്റെ അടപ്പ് തള്ളിയിട്ട് കലത്തിനുള്ളിലേക്ക് തല താഴ്ത്തിക്കളയും, മണിക്കുട്ടി. അമ്മ ഒരു കൗതുകത്തോടെ അത് നോക്കി നിൽക്കും. കാര്യങ്ങൾ ഇങ്ങനെ ബഷീർ സ്റ്റൈലിൽ പോയ്ക്കൊണ്ടിരിക്കെ അജുവിന്റെ പെണ്ണ് വലതുകാൽ വെച്ച് കയറിവന്നു. 'കീർത്തി' എന്നാണവളുടെ പേര്. അവൾക്ക് അമ്മയും ആടും തമ്മിലുള്ള കളികൾ തീരെ ഇഷ്ടപ്പെട്ടില്ല. കോഴികളും ആടുകളും പശുക്കളുമെല്ലാം ചേർന്ന് വീട് വാസയോഗ്യമല്ലാതാക്കി മാറ്റുന്നു. അവൾ വെട്ടിത്തുറന്ന് പറഞ്ഞുകളഞ്ഞു. ഇതെന്താ ബഷീറിന്റെ വീടോ എന്ന്! മലയാളം പിജിക്കാരിയാണോ കീർത്തിയെന്ന് ചില ശുദ്ധമനസ്കർ സംശയിച്ചു പോയേക്കാം. ഏതായാലും അമ്മയ്ക്കിത് താങ്ങാൻ കഴിഞ്ഞില്ല. സർവംസഹയായ അമ്മ പറവകളെയും നാൽക്കാലികളെയും വിറ്റുകളഞ്ഞു. രാവിലെ ഓഫീസിലേക്കിറങ്ങുമ്പോൾ അമ്മ മകനെ വിളിച്ചു. വിറ്റുകിട്ടിയ പണം മകന്റെ കൈയിൽ വച്ചുകൊടുത്തുകൊണ്ട് പറഞ്ഞു. 'ഇത് വച്ചോളു. മക്കളെയെല്ലാം വിറ്റുകിട്ടിയതാണ്.' മൂന്ന് ഇരുകാലി മൃഗങ്ങളൊഴികെ എല്ലാം പോയി. ഏല്പിക്കാൻ കഴിയാത്ത സങ്കടങ്ങളും ഉപ്പു കലർന്ന വാക്കുകളും അമ്മയുടെ തൊണ്ടയിൽ കുടുങ്ങിക്കിടന്നു. കഥ ഇവിടെ നിർത്തിയിരുന്നെങ്കിൽ എന്ന് തോന്നിപ്പോയി.

ഹൃദയഹാരിയായ നാട്ടുചിത്രങ്ങളുടെ ധാരാളിത്തമാണ് 'നേർച്ച' എന്ന കഥയെ വ്യത്യസ്തമാക്കുന്നത്. മനസ്സൊന്നു നീറുമ്പോൾ 'പുതിയോത്യമ്മ' യെ (പുതിയഭഗവതി) നെഞ്ചുകീറും വിധം വിളിക്കുന്ന 'മാധവി' യാണ് ഈ കഥയുടെ കേന്ദ്രബിന്ദു. മാല നഷ്ടപ്പെട്ട മാധവി ഭഗവതിക്ക് നേർച്ച നേർന്നിട്ടുണ്ട്. തിരിച്ചുകിട്ടിയാൽ ഭഗവതിക്ക് സമർപ്പിക്കാമെന്ന്. കോവിഡായതിനാൽ കളിയാട്ടം നടക്കാത്തത് മൂന്നുവർഷമായി. ഇത്തവണ കളിയാട്ടമുണ്ട്. ഭഗവതിയെ കണ്ണുനിറയെ കാണണം. വീട്ടിലെ മൂന്നു പശുക്കളിലൊന്ന് ഗർഭിണിയാണ്. കാവിലേക്കു പോകുന്നവഴിയിൽ മാധവി തൊഴുത്തിൽ ചെന്നു. മാധവിയെ കണ്ട ഉടൻ മൂന്നു പശുക്കളും എഴുന്നേറ്റു. ഗർഭിണിയായ പശുവിന്റെ കഴുത്തിലും വയറ്റിലും തടവിക്കൊണ്ട് മാധവി പറഞ്ഞു.

'പേടിക്കണ്ട. ഇന്നൊന്നും പെറൂല. നിന്നെ ഒറ്റക്കാക്കൂല ഞാൻ. പുതിയോതിയമ്മേടെ പൊറപ്പാട് കണ്ട് വേഗം വരും. അതുവരെ നിനക്ക് പേറുണ്ടാവൂല.' ഇരുചെവികളും കൂർപ്പിച്ച് മാധവിയുടെ വാക്കുകൾ കേട്ട പുള്ളിപ്പശു മുക്രയിട്ട് തലയാട്ടിക്കൊണ്ടിരുന്നു.

മാധവി മാല തെയ്യത്തെ ഏല്പിച്ചു. കത്തിയെരിയുന്ന പന്തത്തിനിടയിൽ തിരിയോടയിൽ മാലവെച്ച് തെയ്യം ഉരിയാടി.

'നാട്ടിക്കണ്ടത്തിൽ ഞാറു നട്ടും തലയിൽ ചുമടെടുത്തും കിട്ടിയതൊക്കെ ഈട്ടിക്കൂട്ടി ഉണ്ടാക്കിയതല്ലേ പൈതങ്ങളെ...'

'അതെ.' മാധവി പറഞ്ഞു.

'ഇത് ചൂടേണ്ടത് എന്റെ തിരുമുടിയിലല്ല. എന്റെ പൈതങ്ങളുടെ കണ്ഠത്തിലാണ്.' അരയോടയിൽ തിരുകിവച്ച സ്വർണമാല എടുത്ത് തെയ്യം മാധവിക്കു നൽകി. മൂർധാവിൽ മഞ്ഞക്കുറി വിതറി അനുഗ്രഹിച്ചു. തെയ്യങ്ങളുടെ വാചാലിനെക്കുറിച്ചും മറ്റ് അനുഷ്ഠാനങ്ങളെക്കുറിച്ചും വ്യക്തമായ ധാരണ ഉള്ള ഒരാൾക്കു മാത്രമേ 'നേർച്ച' പോലുള്ള കഥ എഴുതാൻ കഴിയൂ. 'ഏറിയോരു ഗുണം വരണം.' എന്ന തെയ്യത്തിന്റെ വാചാല് അമ്മയുടെ സാന്ത്വനം പോലെത്തന്നെ ഇന്ന് നാട്ടുമ്പുറത്തെ മനുഷ്യർ സ്വീകരിക്കുന്നുണ്ട്.

അധ്യാപകൻ ബ്ലാക്ക് ബോർഡിൽ ഒരു വലിയ വരവരച്ച് കുട്ടികളോട് പറയാറുണ്ട്. വര മായ്ക്കാതെ ചെറുതാക്കാൻ. മുകളിൽ അതിനേക്കാൾ വലിയ വര വരച്ചാൽ നേരത്തെ വരച്ച വര തനിയെ ചെറുതാകും. അങ്ങിനെയൊരു വര വരയ്ക്കാൻ മഷിയോ പെൻസിലോ ചോക്കോ പോര. സൂക്ഷ്മമായ നിരീക്ഷണവും ധിഷണാശക്തിയും വേണം. 'മാർക്സും ഏംഗൽസും' എന്ന കഥയിലെ ശ്രീധരൻ മാഷുടെ മേശപ്പുറത്ത് ആ പുസ്തകം കണ്ടതായി കുട്ടികൾ ഓർക്കുന്നു. ഇന്നവർ പ്രായമായി. എങ്കിലും സമത്വസുന്ദരമായ ലോകം എന്ന ആശയത്തെ മനസ്സിൽ പാകിയ മാഷെ കാണാൻ അവർക്ക് താൽപര്യം തോന്നി. അവർ മാഷിന്റെ വീട്ടിലെത്തി. മാഷിനെ പ്രായം ബാധിച്ചിട്ടുണ്ട്. അപ്പോഴും ആ പുസ്തകം മാഷിന്റെ അരികിൽ തന്നെയുണ്ടായിരുന്നു. അനുഭവത്തിന്റെ ചൂടിൽ വിരിഞ്ഞ കഥയാണിത്. അന്നു വരച്ച വരയെ ചെറുതാക്കാൻ മുകളിൽ അതിനേക്കാൾ വലിയ വര വരയ്ക്കാൻ ആർക്കും കഴിഞ്ഞിട്ടില്ലെന്ന് ശ്രീധരൻ മാഷുടെ ശിഷ്യന്മാർ തിരിച്ചറിയുന്നു.

നിലവിലുള്ള കഥാഖ്യാന രീതികളോട് കലഹിക്കാതെ തന്നെ എങ്ങനെ മനസ്സിനെ സ്പർശിക്കാൻ കഴിയുന്ന കഥകളെഴുതാമെന്ന് വി. വി. രവീന്ദ്രൻ ഈ പുസ്തകത്തിലൂടെ നമുക്ക് കാണിച്ചുതരുന്നു.

ആഗോള താപനം ധ്രുവങ്ങളിലെയും വൻ പർവത നിരകളിലെയും മഞ്ഞുരുകലിന് കാരണമായിത്തീരുന്നു. അടുത്ത കാലത്ത് സമുദ്രനിരപ്പുയർന്നതിന്റെ ഫലമായി എട്ട് പസഫിക് ദ്വീപുകളെങ്കിലും അപ്രത്യക്ഷമായിട്ടുണ്ടെന്നാണ് മനസ്സിലാക്കുന്നത്. അവിടത്തെ മനുഷ്യർക്കും

ജീവജാലങ്ങൾക്കും എന്തു സംഭവിച്ചുവെന്ന് നിശ്ചയമില്ല. കൊച്ചുകേരളത്തിന്റെ തീരപ്രദേശങ്ങളും അശാന്തമായിക്കൊണ്ടിരിക്കുന്നു എന്നാണ് പാണ്ട്യാല എന്ന കഥ പറയുന്നത്. കടൽ വിഴുങ്ങി ചവച്ചു തുപ്പിയ ഒരു വീടാണ് തേജസ്വിനിയുടേത്. കുടിലിലുള്ളതെല്ലാം വാരിയെടുത്ത് അച്ഛനമ്മമാരോടൊപ്പം മലയോരത്തെ പുനരധിവാസ കേന്ദ്രത്തിലെത്തി തേജസ്വിനി. അച്ഛന്റെ തോണിയിൽ പണിയെടുത്തിരുന്ന ഹരിക്കാണെങ്കിൽ ഭാര്യയെയും മകനെയും നഷ്ടപ്പെട്ടു. കടൽ പിന്മാറിയപ്പോൾ തേജസ്വിനി തന്റെ വീടുകാണാനെത്തി. പാണ്ട്യാല എന്നാണ് ആ പ്രദേശത്തിന്റെ പേര്. കേരളത്തിൽനിന്നു ശേഖരിക്കുന്ന ഉല്പന്നങ്ങൾ കടലടുക്കുംവരെ സൂക്ഷിക്കാനുള്ള കെട്ടിടത്തിന് പോർച്ചുഗീസുകാരാണ് ആ പേര് നൽകിയത്. കെട്ടിടത്തിന്റെ പേര് ഒരു പ്രദേശത്തിന് പകർന്നുകിട്ടി. ചവച്ചു തുപ്പിയ ഓലകളും ചില കല്ലുകളും മാത്രമാണ് തേജസ്വിനിക്ക് കാണാൻ കഴിഞ്ഞത്. കടലിന് പിന്നിലുണ്ടായിരുന്ന കൊന്നമരം മണ്ണിൽ തല ചായ്ച്ച് കിടക്കുന്നു. ഹരി അവളുടെ മുമ്പിലെത്തി. ഒരു കീരിക്കൊട്ട മത്തിയുമായി എന്നും കടലിൽ നിന്നെത്താറുള്ള ഹരിയേട്ടന്റെ ഓർമ്മകൾ ഈ കഥയിലെ ഏറെ ഹൃദ്യമായ മുഹൂർത്തമാണ്. ചില്ലുകുപ്പിയിൽ കടൽ ജലം നിറച്ചാണ് തേജസ്വിനി തിരിച്ചുപോകുന്നത്. അവളത് മേശപ്പുറത്ത് വെച്ചു. കിടക്കുമ്പോൾ അരികിൽ വെച്ചു. ചില്ലുകുപ്പിയിലെ നീലിമയിൽനിന്ന് വീശിയടിക്കുന്ന കടൽകാറ്റിന്റെ കരങ്ങൾ അവളെ തലോടുന്നു. ഒരു കൈകൊണ്ട് പ്രഹരിക്കുമ്പോഴും മറുകൈകൊണ്ട് തലോടുമെന്ന കവിവാക്യത്തെ ഓർമ്മപ്പെടുത്തിക്കൊണ്ട് മനുഷ്യനും പ്രകൃതിയും തമ്മിലുള്ള ലയത്തിന് അടിവരയിടുകയും എഴുത്തുകാരനെന്ന നിലയിലുള്ള തന്റെ സ്വത്വം വെളിപ്പെടുത്തുകയും ചെയ്യുകയാണ് ഇവിടെ കഥാകൃത്ത്.

നേർച്ച

'തന്തക്കും തറവാട്ടിനും മേലാക്കത്തിനും
മേൽഗൃഹത്തിനും
ഗുണം വരണേ...
ഗുണം വരണം. '

പശുക്കളെ മൂന്നിനേയും ആലയിൽ കെട്ടി വെള്ളം നൽകുമ്പോഴും മാധവിയുടെ മനസ്സുനിറയെ പുതിയ ഭഗവതിയുടെ വാചാലമായിരുന്നു. കാവുകളിൽ ഉറഞ്ഞാടുന്ന തെയ്യങ്ങളെ കണ്ടിട്ടുണ്ട് മാധവി അനവധി. പക്ഷേ ഏതു സങ്കടത്തിലും മാധവി മനസ്സ് നിറഞ്ഞു വിളിക്കുന്നത് പുതിയ ഭഗവതിയേയാണ്.

മനസ്സൊന്നു നീറുമ്പോൾ അറിയാതെ അവരുടെ ചുണ്ടുകൾ മന്ത്രിക്കും,

'ന്റെ പുതിയോത്യമ്മേ...'

അതോടെ അവരുടെ കണ്ണുകൾ നിറയും .ശരീരം കുളിരും.

ഓരോ കുംഭം പതിനാലിനും കുന്നച്ചേരി പൂമാലക്കാവിലെ പുതിയ ഭഗവതിയെ കൺകുളിർക്കെ കാണും. അമ്മ മരിച്ച വർഷം ഒഴികെ ഇന്നേ വരെ പതിവു തെറ്റിയിട്ടില്ല.

പശുക്കൾക്ക് വെള്ളം നൽകി വല്ലം നിറയെ പുല്ലും നിറച്ച് മാധവി നടന്നു. കുന്നച്ചേരി പൂമാലക്കാവിലേക്ക്.

ഈച്ചേൻവയൽ പാടശേഖരത്തെ രണ്ടായി മുറിച്ച് പാടിയിൽക്കടവിലേക്ക് വളഞ്ഞും പുളഞ്ഞും പോകുന്ന ടാറിട്ട റോഡിലൂടെ നടക്കുമ്പോൾ പോയ കാലത്തെ ഓർമ്മകൾ അവരെ വല്ലാതെ കുത്തി നോവിച്ചു.കുഞ്ഞുനാളിൽ അമ്മയോടൊപ്പം തെയ്യം കാണാൻ പോയത്...

അന്ന് റോഡ് ഉണ്ടായിരുന്നില്ല. കൊയ്ത്തുകഴിഞ്ഞ് ഉഴുതുമറിച്ചിട്ട പാടത്തിലെ മൺകട്ടകൾക്കു മുകളിലൂടെയായിരുന്നു യാത്ര. മുന്നിൽ ഓലച്ചൂട്ട് പിടിച്ച് അമ്മയുണ്ടാകും. വീട്ടുകാരും അയൽപക്കക്കാരും ചേർന്ന് കൂട്ടമായുള്ള ഒരു യാത്ര.

അന്തിവിളക്ക് കൊളുത്തി ഇറങ്ങിയാൽ നേരം പുലരുന്നതുവരെ പൂമാലക്കാവിലാണ്. അരയോടയിലും തിരുമുടിയിലും കത്തിജ്വലിക്കുന്ന

പന്തങ്ങളുമായി ഉറഞ്ഞാടുന്ന പുതിയഭഗവതിക്ക് തൊഴുത് മഞ്ഞൾപ്രസാദവും ചെക്കിപ്പൂവിതളുകളും വാങ്ങിയിട്ടേ തിരിച്ചു വരൂ.

വർഷം മൂന്ന് കഴിഞ്ഞു കാവുകളിൽ കളിയാട്ടം മുടങ്ങിയിട്ട്. ഇത്തവണത്തെ കളിയാട്ടത്തിന് ഉണിക്കൂർക്കാവിൽനിന്നുള്ള കാഴ്ചയും ആഘോഷപരിപാടികളും ഒന്നുമില്ലത്രെ. ക്ഷേത്രമതിലിന്നകത്തും മുറ്റത്തെ അരയാൽച്ചുവട്ടിലും ഉറഞ്ഞാടുന്ന തെയ്യങ്ങൾ മാത്രം.

അന്തിത്തോറ്റം തുടങ്ങുന്നതിനുമുമ്പേ നാട്ടുകാരും വീട്ടുകാരും പൂമാലക്കാവിലെത്തി. ചെറുകാനത്തെ കുതിരിൽനിന്നും അവസാനം ഇറങ്ങിയത് മാധവിയായിരുന്നു.

തലയൽപ്പം പിറകോട്ടും മാറ് പരമാവധി മുന്നോട്ടും തള്ളിയുള്ള അവരുടെ നടത്തത്തിന്റെ വേഗത കൂടിക്കൊണ്ടേയിരുന്നു.

ഒറ്റമുണ്ടുടുത്ത് ഇളം മഞ്ഞ ബ്ലൗസും മാറിൽ മഞ്ഞക്കരയുള്ള ഒരു കുഞ്ഞു മുണ്ട് മടക്കി വെച്ചുള്ള അവരുടെ വേഷം തെയ്യപ്പറമ്പിലെ മറ്റു സ്ത്രീകളിൽനിന്നും അവരെ വേറിട്ടു നിർത്തി. കാതിലും കഴുത്തിലും ആഭരണങ്ങൾ അണിയാതെ ആദ്യമായാണ് മാധവി കുന്നച്ചേരിയിലെ പുതിയ ഭഗവതിയെ കാണുവാൻ എത്തിയത്.

അന്തിത്തോറ്റത്തിനു ശേഷം പുതിയ ഭഗവതിയുടെ തോറ്റം അരങ്ങിലെത്തുമ്പോൾ മാധവി എല്ലാം മറന്ന് തോറ്റംപാട്ടിൽ ലയിച്ചു ചേരും. ദേവകുലത്തിനും പട്ടരികുലത്തിനും വസൂരി പിടിപെട്ടപ്പോൾ മൂത്ത പട്ടേരി പരിഹാരത്തിനായി നാൽപതു ദിവസത്തെ ഹോമം കഴിച്ചു. ഹോമകുണ്ഡത്തിൽ നിന്നും പൊടിച്ചുയർന്ന പൊൻമകളുടെ കഥ എത്രയോ തവണ മാധവി കേട്ടിട്ടുണ്ട്. എന്നാലും ഓരോ വർഷവും ഏറെ പുതുമയോടെ അവർ തോറ്റംപാട്ടിൽ ഇഴുകിച്ചേരും.

തോറ്റം ഉറഞ്ഞാടുമ്പോൾ തിരുനടയിലെ അരയാൽച്ചുവട്ടിൽ മാധവിയുടെ മനസ്സ് നിറഞ്ഞൊഴുകും.

പുതിയ ഭഗവതിയുടെ തോറ്റത്തിനു ശേഷം മൂവരുടെ തോറ്റമാണ്. വിഷ്ണുമൂർത്തി, രക്തചാമുണ്ഡി, അങ്കക്കുളങ്ങര ഭഗവതി.

മൂവരുടേയും തോറ്റം ഉറഞ്ഞാടുമ്പോഴേക്കും വീട്ടിലേക്ക് ഒന്ന് പോയ് വരണം. അരയാൽത്തറയോട് ചേർന്നു വിരിച്ച ഓലക്കീറ്റിൽനിന്നും എഴുന്നേറ്റ് ആൾക്കൂട്ടത്തിനിടയിലൂടെ നടന്ന് തിരുനടയിൽ നിന്ന് എല്ലാം മറന്ന് തൊഴുത് മാധവി അതിവേഗം വീട്ടിലേക്ക് നടന്നു. പൂമാലക്കാവിലേക്ക് വന്നതുപോലെ വീട്ടിലേക്കുള്ള തിരിച്ചു പോക്കും തനിച്ചായിരുന്നു.

വീട്ടിലേക്കുള്ള നടത്തത്തിനിടയിൽ മനസ്സുനിറയെ ആലയുടെ കിഴക്കേ ചുമരിൽ കരി കൊണ്ടെഴുതിയ തീയ്യതിയാണ്.

മൂന്നുപേരിൽ ഒരാൾ പ്രസവത്തോടടുത്തു. ഇന്നോ നാളെയോ ഉണ്ടാകും. വല്ലം നിറയെ പുല്ലു നിറച്ചു വന്നതാണ്. എന്നാലും ഒന്ന് പോയി നോക്കണം. മാധവിയെ കണ്ടയുടനെ വെള്ളയിൽ കറുത്ത പുള്ളികളുള്ള പശു മെല്ലെ എഴുന്നേറ്റ് മുക്രയിട്ടു. അയവിറക്കിക്കൊണ്ടു കിടക്കുന്ന മറ്റു രണ്ടുപേരുടെ നോട്ടവും അവരിലേക്കായിരുന്നു.

'പേടിക്കണ്ട ..... ഇന്നൊന്നും പെറൂലാ....'

തന്നെ കണ്ട് എഴുന്നേറ്റുനിന്ന പശുവിന്റെ കഴുത്തിലും നിറഞ്ഞ വയറിലും തടവിക്കൊണ്ട് മാധവി എന്തൊക്കെയോ പറഞ്ഞു.

'നിന്നെ ഒറ്റക്കാക്കൂല്ല ഞാൻ ... പുതിയോതിയമ്മേടെ പുറപ്പാട് കണ്ടു വേഗം വരും ഞാൻ. അതുവരെ നിനക്ക് പേറ് ഉണ്ടാവില്ല. '

ഇരു ചെവികളും കൂർപ്പിച്ച് മാധവിയുടെ വാക്കുകൾകേട്ട പുള്ളിപ്പശു മുക്രയിട്ട് തലയാട്ടിക്കൊണ്ടേയിരുന്നു.

അമ്മയുടെ പുറപ്പാട് അറിയിച്ചുകൊണ്ടുള്ള കതിനവെടി ആകാശത്തിൽ മുഴങ്ങി. റോഡിനിരുവശത്തുമുള്ള ട്യൂബ് ലൈറ്റിന്റെ പ്രകാശത്തിൽ മാധവി അതിവേഗം നടന്നു.

തിരുനടയിലെ അരയാൽച്ചുവട്ടിലെ പള്ളിയറക്കു മുന്നിൽ പുതിയഭഗവതി അണിഞ്ഞൊരുങ്ങുകയാണ്. തെയ്യപ്പറമ്പിലെ എല്ലാ കണ്ണുകളും ചായില്യത്തിന്റേയും തിരുമുടിയിലെ ചെക്കിപ്പൂവിതളുകളുടേയും ചെമ്പട്ടിന്റേയും ചുവപ്പിലേക്ക് ഒഴുകിക്കൊണ്ടേയിരുന്നു.

പള്ളിയറിലെ ദീപത്തിൽ നിന്നും ഒരു തുള്ളിയെടുത്ത് വെളിച്ചപ്പാട് ഭഗവതിയുടെ പന്തത്തിലേക്ക് പകർന്നു.

അരയോടയിൽ ആളിക്കത്തുന്ന നാലു തീപ്പന്തങ്ങൾ. തിരുമുടിയുടെ ഉച്ചിയിൽ ഇരുപത്തിയൊന്ന് കോത്തിരികൾ കത്തിജ്വലിക്കുന്നു. ചെണ്ടയുടെ രൗദ്ര താളത്തിനൊപ്പം ഉറഞ്ഞാടുന്ന ഒരു അഗ്നിഗോളമായി മാറി പുതിയ ഭഗവതി.

പലയിടങ്ങളിൽ നിന്നും പുതിയ ഭഗവതിയെ കണ്ടിട്ടുണ്ട് മാധവി. വലുപ്പം ഏറെയുള്ള പന്തങ്ങൾ ചൂടി ഉറഞ്ഞാടുന്ന ഭഗവതിയെ കുന്നച്ചേരി പൂമാലക്കാവിലേ കണ്ടിട്ടുള്ളൂ.

ഇരു കാതുകളോടും ചേർത്തുകെട്ടിയ ഓലക്കാതിന്നിടയിലേക്ക് കൈകൾ ചേർത്തു വെച്ച് തെയ്യം ചെമ്മങ്ങാട് തറവാട്ടിലേക്ക് എഴുന്നള്ളി. ചെമ്മങ്ങാട്ടു തറവാട്ടുകാരുടെ കുലദൈവമാണ് പുതിയ ഭഗവതി. തറവാട്ടുമുറ്റത്തു നിന്നും പന്തങ്ങളിലേക്ക് എണ്ണ പകർന്നപ്പോൾ ഇണപ്പാമ്പുകളേപ്പോലെ അഗ്നി നാളങ്ങൾ തിരുമുടിയോളം ഉയർന്നു.

ചുണ്ടുകൾക്കിടയിൽ തിരുകി വെച്ച വെള്ളി നിറമുള്ള *ഇകിറും അ

രയോടയിലും കൈത്തണ്ടയിലും തേച്ചുപിടിപ്പിച്ച *രണവും, തീക്കുണ്ഡത്തിൽ നിന്നും പിറന്ന് മഹാമാരി അകറ്റുവാൻ വന്ന അമ്മയ്ക്ക് രൗദ്രഭാവം പകർന്നു.

തിരുമുറ്റത്ത് ഉറഞ്ഞാടുന്ന തെയ്യക്കോലത്തെ നോക്കി മാധവി കരഞ്ഞു. കണ്ണീരുതിർത്ത് കരഞ്ഞു. കൺപോളകൾക്കിടയിലും കൺപീലികളിലും തങ്ങി നിൽക്കുന്ന കണ്ണുനീർത്തുള്ളികൾക്കിടയിലൂടെ മാധവി മതിയാവോളം അമ്മയെ കണ്ടു.

അരയോടയിലെ കത്തിയെരിഞ്ഞ കുരുത്തോലയുടേയും എണ്ണയുടെയും മണം ചുരത്തിക്കൊണ്ട് പള്ളിയറക്കു മുന്നിലെ പീഠത്തിലിരിക്കുന്ന തെയ്യത്തിന്നരികിലേക്ക് ഭക്തജനങ്ങൾ ഒഴുകിക്കൊണ്ടേയിരുന്നു. ആവലാതികളും വേവലാതികളും പറഞ്ഞ് ഭഗവതിയിൽ നിന്നും മഞ്ഞൾക്കുറിയും വാങ്ങി ആശ്വാസത്തോടെ മടങ്ങി.

കാൽച്ചിലമ്പുകളുടെ മണിനാദം അന്തരീക്ഷത്തിൽ അലയൊലി തീർക്കുമ്പോൾ മാധവി പുതിയ ഭഗവതിക്കരികിലെത്തി. കണ്ണുകളടച്ച് കൈകൾ കൂപ്പി അവർ ഭഗവതിക്ക് മുന്നിൽനിന്നു . അവരുടെ കണ്ണുകൾ അപ്പോഴും പെയ്തുകൊണ്ടേയിരുന്നു.

മുന്നിൽ നിന്നും കണ്ണീരുതിർത്തു കരയുന്ന ഭക്തയെ അഗ്നിനാളങ്ങളിൽ വെന്തുരുകിയ അരയോടത്തിനോടടുപ്പിച്ചു നിർത്തി.

'ഗുണം വരണം... ഗുണം വരണം പൈതങ്ങളെ .... ഒരുപാട് സങ്കടം കൊണ്ട് വിളിച്ച ഒരു പ്രാർത്ഥന ഉണ്ടല്ലോ ....'

'ഉണ്ട് ....'

തെയ്യത്തിന്റെ ചുണ്ടുകൾക്കിടയിലെ ഇകിറിലേക്ക് നോക്കിക്കൊണ്ട് ഏറെ വേദനയോടെയാണ് മാധവി തെയ്യത്തോടു സങ്കടങ്ങൾ പറഞ്ഞത്.

'എന്റെ പൈതങ്ങളേ.... ഈ അമ്മ പരീക്ഷിച്ചു കളയാതെ എന്നും കൂടെ ഉണ്ടായിട്ടില്ലേ...'

'ഉണ്ട് ...'

'ഇനിയും ഒന്നു വിളിക്കുന്ന കാലങ്ങളിൽ ഒൻപതു വിളിയായി കൂറ്റു കാട്ടി അമ്മയുടെ മാറോടു ചേർത്തു പിടിക്കാം...'

കാൽച്ചിലമ്പിന്റെ മണിമുഴക്കത്തിലും വാചാലത്തിലും ലയിച്ചുചേർന്ന മാധവി തന്റെ മുണ്ടിന്റെ കോന്തലയിലെ കെട്ടഴിച്ച് മൂന്നുപവന്റെ മാലയെടുത്ത് തെയ്യത്തിന്നു നൽകി.

അപ്രതീക്ഷിതമായി തന്റെ കൈകളിലേക്ക് വീണ സ്വർണ്ണമാലയ്ക്കു മുമ്പിൽ ദൈവക്കരു നിമിഷാർദ്ധം മനുഷ്യനായി മാറി.

വരുന്ന തെയ്യക്കാലം മൂവാണ്ട് കളിയാട്ടം ഏറെയുണ്ട്. തുലാപ്പത്തി

ന് മുമ്പ് അണിയലം ഒരുക്കണം. ഭാര്യയുടെ സ്വർണ്ണമാല പണയപ്പെടുത്തിയാണ് സാധനങ്ങൾ വാങ്ങിയത്. അണിയലമൊരുക്കി തെയ്യക്കാവുകളിലേക്ക് പോകുന്നതിനുമുമ്പ് പൊടുന്നനെ വന്ന മഹാമാരിക്കു മുമ്പിൽ കാവുകൾ അടച്ചു .കളിയാട്ടങ്ങൾ നിലച്ചു. തുടർച്ചയായി വന്ന രണ്ടു തുലാപ്പത്തുകൾ കഴിയുമ്പോഴേക്കും സ്വർണ്ണപ്പണ്ടം ലേലം കൊണ്ടു .ബാങ്കിൽ നിന്നും മിച്ചം ലഭിച്ച മുന്നൂറ്റി ഇരുപത്തിയാറു രൂപയുമായി വീട്ടിലെത്തിയപ്പോൾ അടുക്കളപ്പടിയിലിരുന്ന് കരയുന്ന ഭാര്യ.

തനിക്കു മുന്നിൽ നിൽക്കുന്ന ഭക്തയുടെ കണ്ണീരിൽ നിറയെ ഭാര്യയുടെ കരയുന്ന മുഖമായിരുന്നു.

കൈവെള്ളയിൽ പിടയുന്ന സ്വർണ്ണ മാല, അരയോടയിൽ കത്തിയമർന്ന തീപ്പന്തങ്ങളേക്കാൾ പൊള്ളുന്നു.

കത്തിയെരിഞ്ഞ അരയോടത്തിനകത്തേക്ക് മാല തിരുകിവെച്ച് തെയ്യം മാധവിയെ ചേർത്തുനിർത്തി.

'മഹാമാരിക്കുരിപ്പകറ്റാൻ തീക്കുണ്ഡത്തിൽ നിന്നും പിറന്നവളാണ് അമ്മ... എന്റെ തിരുമുടിയിൽ പൊന്നു ചാർത്താൻമാത്രം എന്തുണ്ടായി....'

'കാണാതെപോയ മാല തിരിച്ചു കിട്ടിയാൽ കുന്നച്ചേരിയിലെ എന്റെ പുതിയോതിയമ്മയുടെ തിരുമുടിയിൽ ചാർത്തും എന്ന് നേർന്നു ഞാൻ...'

'എന്റെ ശ്രീമഹാദേവൻ തിരുവടി നല്ലച്ഛൻ കൽപ്പിച്ച നാലു ജീവിതക്കോലിന്റെ പ്രഭയിൽ തിരിച്ചുകിട്ടിയില്ലേ ....'

'ഉം ...'

തെയ്യത്തിന്റെ വാചാലിനൊപ്പം തലയാട്ടുന്നതിനിടയിൽ മാധവിയുടെ കണ്ഠമിടറി.

'പുതിയോതിയമ്മക്ക് ഇത് തന്നാലേ എന്റെ കാതിലും കഴുത്തിലും പൊന്നിടൂലൂന്ന് നേർച്ചയാക്കി ഞാൻ ....'

തിരുമുടിയിലെ ചെക്കിപ്പൂവിതളുകളും മഞ്ഞക്കുറിയും

മാധവിയുടെ വലതുകൈയിൽ നൽകി തെയ്യം ഉരിയാടി.

'നാട്ടിക്കണ്ടത്തിൽ നട്ടും, തലയിൽ ചുമട് ചുമന്നും... കിട്ടിയതൊക്കെ ഈട്ടിക്കൂട്ടിവെച്ച് നേടിയതാണിത് അല്ലേ ...'

'അതെ ...'

'ഇത് ചൂടേണ്ടത് എന്റെ തിരുമുടിയിൽ അല്ല... എന്റെ പൈതങ്ങളുടെ കണ്ഠത്തിലാണ് ....'

അരയോടയിൽ തിരുകി വെച്ച സ്വർണ്ണമാല എടുത്ത് തെയ്യം മാധവിക്ക് നൽകി. മൂർധാവിൽ മഞ്ഞക്കുറി വിതറി അനുഗ്രഹിച്ചു.

'ഗുണംവരണം

ഗുണം വരണം....

ഗുണം വരണേ....

അമ്മയെ മനസ്സിൽ വിചാരിച്ച് തന്നാലാവുന്നത് എന്റെ തിരുനടയിൽ വെച്ച് തൊഴുതാൽ മതി. കൂറ്റു കാട്ടി അമ്മ എന്നും കൂടെയുണ്ടാകും.

ഗുണം വരണം

ഗുണം വരണം പൈതങ്ങളേ...'

മൂന്നു വർഷത്തിനു ശേഷം മാധവി കഴുത്തിൽ മാലയിട്ടു. തിരിച്ചുകിട്ടിയ മൂന്നു പവന്റെ സ്വർണമാല.

തന്റെ മുണ്ടിന്റെ കോന്തലയിൽ കെട്ടിവെച്ച പത്തുരൂപ പൂമാലക്കാവിലെ തിരുനടയിൽ വെച്ച് മാധവി തൊഴുതു. മനസ്സുരുകി പ്രാർത്ഥിച്ചു.

മീനമാസത്തിലെ പൂരോത്സവനാളിൽ കുളിച്ചു വന്ന് സ്വർണ്ണ വിഭൂഷിതയായ തമ്പുരാട്ടി ആയിരുന്നു അപ്പോൾ മാധവിയുടെ മനസ്സു നിറയെ.

ഇകിറ് - തെയ്യം ചുണ്ടുകളിൽ ചൂടുന്ന ദംഷ്ട്ര.

രണം - രൗദ്രഭാവം കൂട്ടുന്നതിനായി അരിപ്പൊടി, ചുണ്ണാമ്പ്, മഞ്ഞൾ ഇവ ചേർത്തുണ്ടാക്കുന്ന ചാന്ത്.

പൂച്ച

നിനക്കാതെ വന്ന ചാറ്റൽമഴ ഒന്നു നിലച്ചപ്പോൾ സായന്ത് സ്കൂളിലേക്കിറങ്ങി. പുസ്തകങ്ങൾ നിറച്ച ബാഗ് പുറത്ത് ഒതുക്കിവെച്ച് വീട്ടുമുറ്റത്ത് പടർന്നു പന്തലിച്ചു നിൽക്കുന്ന പുളിയൻ മാവിന്റെ ചുവട്ടിലൂടെ അതിവേഗം നടന്നു. വീട്ടു പറമ്പിനോടു ചേർന്ന് സർക്കസ്സ് കൂടാരം പോലെ വളർന്നിരിക്കുന്ന കശുമാവിൻ ചില്ലകൾക്കിടയിലൂടെ അവൻ റോഡിലേക്ക് കയറി.

സായന്ത് സാധാരണ സ്കൂളിലേക്കിറങ്ങുന്നത് അമ്മയോടൊപ്പമാണ്. ഒറന്നെടുത്തുചാൽ വായനശാലയ്ക്ക് മുന്നിലെ കവലവരെ അമ്മയോടൊപ്പമുള്ള അവന്റെ നടത്തം പതിവുള്ളതാണ്. കവലയിൽ നിന്നും അവർ രണ്ടു ദിശകളിലേക്കായി പിരിയും.

താഴോട്ടുള്ള റോഡിലൂടെ സായന്ത് സ്കൂളിലേക്കും, കുന്നിൻ മുകളിലൂടെയുള്ള റോഡിലൂടെ അമ്മ ബാങ്കിലേക്കും.

വീട്ടിൽ നിന്നും ഇറങ്ങിയാൽ കവലയിൽ എത്തുന്നതുവരെ അവർക്ക് പലതും പറയുവാനുണ്ടാകും.

'പുളിയൻ മാങ്ങയ്ക്കു മാത്രമെന്തേ ഇത്ര പുളി? ഒരേ കുലയിൽ ഒന്നിച്ചു വിരിയുന്ന കശുമാവിൻ പൂക്കൾ എന്തേ ഒന്നിച്ചു കായ്ക്കാത്തതും, പഴുക്കാത്തതും?' സായന്തിന്റെ സംശയങ്ങൾക്കൊക്കെ അമ്മ സമാധാനം പറയുന്നത് കവലവരെയുള്ള നടത്തത്തിനിടയിലാണ്.

അവന്റെ ചോദ്യങ്ങൾക്കു മുമ്പിൽ ഉത്തരം മുട്ടുമ്പോൾ അമ്മയുടെ നിർത്താതെയുള്ള പറച്ചിലുകളിൽ നിന്നാണ് സായന്ത് ഒറന്നെടുത്തുചാലിനേക്കുറിച്ച് അറിഞ്ഞത്.

പരിയാരം കുന്നിൽ നിന്നും ഉത്ഭവിച്ച് വളഞ്ഞും പുളഞ്ഞും പടിഞ്ഞാറോട്ടൊഴുകുന്ന കുഞ്ഞു പുഴ. മാടായിക്കുന്നിനെ വലം വെച്ച് കടലിൽ ചേരുന്ന രാമപുരം പുഴയുടെ കൈവഴിയാണത്രേ ഒറന്നെടുത്തുചാൽ.

ഭഗവതിക്കാവിനു പിന്നിൽ പാറക്കെട്ടിന്നരികിലെ ഗുഹയിൽ നിന്നും രാജവെമ്പാലപ്പാമ്പിനെപ്പോലെ ഉയർന്നുവന്ന് നുരഞ്ഞ് പതഞ്ഞൊഴുകുന്ന ചാലിനേക്കുറിച്ച് പറയുമ്പോൾ സായന്ത് അമ്മയോട് ചേർന്ന് നടക്കും.

'അമ്മ കണ്ടിട്ടുണ്ടോ ആ ഗുഹ'

'കുട്ടിക്കാലത്ത് അച്ഛനോടൊപ്പം പോയിട്ടുണ്ട്, പലതവണ.'

'എന്തിന്?'

പൂവിനോട് ചേർന്ന പൂമ്പാറ്റയെ പോലെ അമ്മയോട് ഒട്ടിച്ചേർന്നിട്ടാണ് അവന്റെ അടുത്ത ചോദ്യം.

'വീട്ടിലെ പുള്ളിപ്പശുവിന് അകിട് വീങ്ങിയപ്പോഴും എരുമ പ്രസവിച്ച പ്പോഴുമൊക്കെ കാവിലെ പുറംകാലന് അച്ഛൻ കലശംവെക്കും.'

'പുറംകാലനോ ?'

'ഉം... പുറംകാലൻഗുളികൻ . കാവിലെ തെയ്യമാണ്. മുളം കാലിൽ നടക്കുന്ന വലിയ മുടിയുള്ള തെയ്യം.'

ഓരോ ദിവസവും അമ്മ പറയുന്ന കഥകൾ സായന്തിന് ഓരോ ലോ കമാണ് .

'ഈ ദേശത്തെ കന്നുകാലികളെയും വയലുകളും ഒക്കെ നോക്കി പരിപാലിക്കുന്നത് പുറംകാലനാ ......'

അന്ന് അവന്റെ മനസ്സുനിറയെ പൊയ്ക്കാലിൽ നടക്കുന്ന പുറംകാ ലൻ ഗുളികൻ ആയിരുന്നു.

കവലയിൽ നിന്നും താഴോട്ടുള്ള റോഡിലൂടെ അൽപദൂരം നടന്ന് ആദ്യ വളവിലെത്തിയാൽ സായന്ത് ഒന്ന് തിരിഞ്ഞു നിൽക്കും. അവന്റെ ചുണ്ടിൽ വിരിയുന്ന പുഞ്ചിരി, കവലയിൽ നിൽക്കുന്ന അമ്മയുടെ മു ഖം നിറയെ പടർന്ന് പന്തലിക്കും.

വീട്ടിൽ നിന്നും സ്കൂളിലേക്കു തനിച്ചുള്ള യാത്ര ആദ്യമായാണ്.

അയ്യപ്പൻ കാവിനോട് ചേർന്ന പൊന്തക്കാട്ടിന്നരികിലൂടെ അവൻ അതി വേഗം നടന്നു.

വയലിലൂടെ ..... വയൽവരമ്പിലൂടെ .....

എന്നോ പെയ്ത മഴ വരച്ച ചിത്രങ്ങൾ അവശേഷിക്കുന്ന തോട്ടിൻ കരയിലൂടെ ഒരു കാറ്റായി അവൻ ഒഴുകിക്കൊണ്ടേയിരുന്നു.

കുളപ്പുറം വായനശാലയിലെ വായനാപ്പന്തലിൽ കൂട്ടുകാരോടൊപ്പം ഇരുന്ന് പത്രം വായിച്ചതിനുശേഷമേ എന്നും സ്കൂളിലേക്ക് പോകാറു ള്ളൂ. പക്ഷേ ഇന്ന് അവൻ വായനശാലയിൽ കയറിയില്ല. വായനാപ്പന്ത ലിൽകയറിയില്ല. പത്രം വായിച്ചില്ല.

വായനശാലയ്ക്ക് മുന്നിലെ റോഡിലൂടെ അതിവേഗം നടന്നു. മല മ്പാമ്പ് പോലെ വളഞ്ഞും പുളഞ്ഞും പോകുന്ന റോഡിലെ കുത്തനെ യുള്ള കയറ്റത്തിലൂടെ അവൻ അതിവേഗം നടന്നു.

പണ്ടെങ്ങോ പാതി കൊത്തിമുറിച്ച ചെങ്കൽപ്പാറയുടെ മുറിവുകളിൽ

പടർന്നുപന്തലിച്ച വള്ളിച്ചെടികളും റബ്ബർ മരങ്ങൾക്കും കാട്ടു മരങ്ങൾക്കുമൊപ്പം ഇരുട്ട് കുത്തി നിറച്ച് ഇടതൂർന്നു വളരുന്ന പൊന്തക്കാടിന്നുമിടയിലെ റോഡരികിൽ സായന്ത് നിന്നു.

സ്കൂൾ ബാഗിലെ സൈഡ് പോക്കറ്റിൽ തിരുകി വെച്ച കടലാസ് പൊതിയെടുത്ത്, കെട്ടുപിണഞ്ഞുകിടക്കുന്ന മോതിരവള്ളിച്ചെടികൾക്കിടയിലൂടെ പൊന്തക്കാടിന്നരികിലേക്ക് അവൻ നൂഴ്ന്നിറങ്ങി.

വീട്ടിൽ നിന്നും പൊതിഞ്ഞു കൊണ്ടുവന്ന ദോശ നാലായി പകുത്ത്, കൂട്ടമായി വളരുന്ന ചെടികൾക്കരികിൽ വെച്ച് സായന്ത് ചുറ്റും പരതി.

'ഇന്നിവൻ ഇതെവിടെ പോയി? ഇന്നലെ വൈകുന്നേരം വരെ ഇവിടെ ഉണ്ടായിരുന്നതാണല്ലോ!'

ചുറ്റും പരുതുന്നതിനിടയിൽ ആരോടെന്നില്ലാതെ അവൻ എന്തൊക്കെയോ പിറുപിറുത്തു.

'കുറുക്കനെങ്ങാനും കടിച്ചു കൊണ്ട് പോയ്ക്കാണുമോ ...' അവന്റെ ഉള്ളിൽ വേദന കാടുപോലെ കറുത്തു.

കടലാസ് പൊതിയിൽ കൊണ്ടുവന്ന വെന്ത മത്തിയുടെ തലയോടു ചേർന്ന കഷ്ണം കാരമുള്ളിൻ കൂട്ടത്തിന്നരികിലെ ദോശയ്ക്കരികിൽ വച്ചപ്പോൾ, പൊന്തക്കാട്ടിൽ നിന്നും ഒരു കരച്ചിൽ.

ചുവന്ന പൂക്കൾ ചൂടി നിൽക്കുന്ന ചെക്കിച്ചെടികൾക്കിടയിൽ നെറ്റിയിലും മുതുകിലും ഇളംമഞ്ഞപ്പുള്ളികളുള്ള കുഞ്ഞു പൂച്ച. സായന്ത് ചെക്കിപ്പൊന്തയ്ക്കരികിലേക്ക് ഓടിച്ചെന്നു. മുൻ കാലുകളാൽ മുഖം മിനുക്കി തന്നെ നോക്കുന്ന പൂച്ചക്കുഞ്ഞിനെ സായന്ത് വാരിയെടുത്തു. തുറന്നു വെച്ച ഒരു കണ്ണിലൂടെ പൂച്ച സായന്തിനെ നോക്കി.

ഭൂമിയോളം തുറന്ന കണ്ണുകളിലൂടെ സായന്ത് പൂച്ചയേയും കണ്ടു.

അടഞ്ഞിരിക്കുന്ന ഒരു കണ്ണിനുചുറ്റും ഉറുമ്പുകൾ മുതുകിലെ രോമങ്ങൾക്കിടയിലുമുണ്ട് ഏതാനും ഉറുമ്പുകൾ.

ഉറുമ്പുകളെയെല്ലാം എടുത്തു കളഞ്ഞ് സായന്ത് പൂച്ചയെ കാരമുള്ളിൻ കൂട്ടത്തിന്നരികിൽ വെച്ച ദോശയ്ക്കരികിൽ ഇരുത്തി.

ആർത്തിയോടെ മത്തിക്കഷ്ണവും ദോശയും കടിച്ചു തിന്നുന്ന വെള്ളയിൽ ഇളംമഞ്ഞ പുള്ളികളുള്ള പൂച്ചക്കുഞ്ഞിനെ സായന്ത് നോക്കിയിരുന്നു.

കാട്ടിൽ നിന്നും റോഡിലേക്ക് കയറി സ്കൂളിലേക്കുള്ള യാത്രക്കിടയിലും മനസ്സുനിറയെ പൂച്ചയായിരുന്നു. മഞ്ഞപ്പുള്ളികളുള്ള കുഞ്ഞു പൂച്ച.

ഒപ്പം ചുവന്ന പൂക്കളുംചൂടിനിൽക്കുന്ന ചെക്കിച്ചെടികളാൽ സമൃദ്ധമായ പൊന്തക്കാടും. പൂക്കുലകൾക്കിടയിലെ കോട്ടിയോളം വലുപ്പമുള്ള ചെക്കിപ്പഴങ്ങൾ കൊത്തി വിഴുങ്ങുന്ന ബുൾബുൾ പക്ഷികൾ. ചില്ലകൾ തോറും പാറിയിരുന്ന് ചെക്കിപ്പഴങ്ങൾ കൊത്തി വിഴുങ്ങുന്നതിനാലാണോ ബുൾബുൾ പക്ഷികളുടെ കണ്ണിനുതാഴെ കഴുത്തിൽ ചുവന്ന പൊട്ടുകളെന്ന് സായന്ത് ചിന്തിച്ചു.

ശാകുന്തളത്തിന്റെ ഊഞ്ഞാലിൽ കുട്ടികളോടൊപ്പം പാടി രസിക്കുകയാണ് മലയാളം ക്ലാസ്സിൽ സുരേശൻമാഷ്.

ദേവാസുര യുദ്ധം കഴിഞ്ഞ് മടങ്ങും വഴി കശ്യപാശ്രമത്തിലെത്തുന്ന ദുഷ്യന്തനായും, ദുഷ്യന്തന്റെ മുന്നിൽനിന്നും സിംഹക്കുട്ടിയോടൊപ്പം കളിക്കുകയും സിംഹത്തിന്റെ വാ പിളർന്ന് പല്ലുകൾ എണ്ണുവാൻ ശ്രമിക്കുന്ന ബാലനായും സുരേശൻ മാഷ് ക്ലാസ് മുറിയിൽ നിറഞ്ഞാടുമ്പോൾ, സായന്ത് കാടിനുള്ളിൽ പതുങ്ങിയിരിക്കുന്ന പൂച്ചയായി മാറി.

അവൻ ഡസ്കിൽ തലചായ്ച്ചു വെച്ച് ഒരു പൂച്ചയെപ്പോലെ പതുങ്ങിയിരുന്നു.

'സർവ്വദമനാ നീ ഈ സിംഹക്കുട്ടിയെ വിട്ടില്ലെങ്കിൽ അതിന്റെ തള്ള നിനക്കു നേരെ ചാടി വീഴും....'

സുരേശൻ മാഷ് ആശ്രമത്തിലെ താപസിയായി മാറിയപ്പോൾ, എലിയെ കണ്ട പൂച്ചയെപ്പോലെ സായന്ത് ചാടി എഴുന്നേറ്റു.

'അത് സിംഹമായിരിക്കില്ല സാർ.'

'പിന്നെ !!'

താപസിയിൽ നിന്നും സുരേശൻ മാഷ് ഞെട്ടിയുണർന്നു.

'പൂച്ചയായിരിക്കും. പുലിയും പൂച്ചയും സിംഹവുമൊക്കെ മാർജ്ജാര വംശം ആണ്. അത് പൂച്ച തന്നെയാണ്.'

സായന്തിന്റെ ഉറച്ച വാക്കുകൾക്ക് മുമ്പിൽ ക്ലാസ് റൂം ചൈനീസ് പടക്കത്തിന് തീ പിടിച്ചതുപോലെ പൊട്ടിച്ചിരിയിൽ ആറാടി.

കൈയ്യിലെ പാഠപുസ്തകം മേശപ്പുറത്തേക്ക് വലിച്ചെറിഞ്ഞ് സായന്തിന്റെ വലതു കൈയ്യിൽ ആഞ്ഞടിക്കുമ്പോഴും അവന്റെ മനസ്സിൽ നിറയെ പൊന്തക്കാട്ടിനുള്ളിൽ പതുങ്ങിയിരിക്കുന്ന പൂച്ചയായിരുന്നു.

ഉറുമ്പുകൾ കടിച്ചു പറിച്ചതിനാൽ കണ്ണുകൾ തുറക്കാൻ കഴിയാതെ വേദനിക്കുന്ന പൂച്ച.

കൈവെള്ളയിൽ കിട്ടിയ അടിയുടെ വേദന സായന്ത് അറിഞ്ഞില്ല. ഉള്ളം നിറയെ പൂച്ചയായിരുന്നു. പൂച്ചയുടെ നൊമ്പരമായിരുന്നു.

അമ്മയെ നഷ്ടപ്പെട്ട,

അമ്മിഞ്ഞപ്പാൽ നഷ്ടപ്പെട്ട,

അമ്മച്ചൂര് നഷ്ടപ്പെട്ട പൂച്ച.

സുരേശൻ മാഷിനു പിന്നാലെ കുട്ടികൾ ഏതോ ഉത്സവപ്പറമ്പിലേക്കെന്നതുപോലെ ക്ലാസ് മുറി വിട്ടു പോയപ്പോൾ സായന്ത് പൊന്തക്കാട്ടിലെ പൂച്ചയായി മാറി. ഉറുമ്പുകൾ കടിച്ചുപറിച്ചതിനാൽ തുറക്കുവാൻ കഴിയാത്ത ഒരു കണ്ണുള്ള പൂച്ച. അവൻ ക്ലാസ്സ് മുറിയിൽ തനിച്ചിരുന്നു.

തനിക്കു താഴെയുള്ളവരെയൊക്കെ കൊന്നൊടുക്കിയ ഹോമോസാപ്പിയൻസിനെക്കുറിച്ച് ബയോളജി ക്ലാസിൽ സീമ ടീച്ചർ പറഞ്ഞത് സായന്ത് ഓർത്തു.

തനിക്കു തൊട്ടുതാഴെയുള്ള നിയാണ്ടർത്താൽ മനുഷ്യനോടൊപ്പം കുടുംബമായി കഴിഞ്ഞതും ഒടുവിൽ അവരെ ഒന്നൊന്നായി കൊന്നൊടുക്കിയതും ഡാർവിന്റെ പരിണാമ ചരിത്രം പഠിപ്പിക്കുമ്പോൾ ടീച്ചർ പറഞ്ഞത് എത്ര വാസ്തവമാണ്.

പൂച്ചയും പുലിയും സിംഹവും ഒരേ കുലമാണ്. അവരാരും പരസ്പരം കൊന്നൊടുക്കിയിട്ടില്ല.

സായന്തിന്റെ മനസ്സ് സജീവമായ ഏതോ അഗ്നിപർവ്വതം പോലെ തിളച്ചു മറിയുകയാണ്.

സുരേശൻ മാഷും മനുഷ്യനാണ് തന്നോളം എത്താത്തവരെയൊക്കെ കൊന്നൊടുക്കുന്ന ഹോമോസാപ്പിയൻസ്.

ഓഫീസ് റൂമിലേക്ക് പോകുന്ന സുരേശൻ മാഷെ ജനൽപ്പാളികൾക്കിടയിലൂടെ കണ്ടപ്പോൾ ലങ്കാദഹനവും ലങ്കാവിജയവും കഴിഞ്ഞ് വിജയശ്രീലാളിതനായി വരുന്ന ശ്രീരാമനായിരുന്നു സായന്തിന്റെ മനസ്സ് നിറയെ.

രാവണനും കുംഭകർണ്ണനും ഉൾപ്പെടുന്ന അസുര കുലത്തെ ഉന്മൂലനം ചെയ്ത് കടലു കയറി വരുന്ന ഹോമോസാപ്പിയൻസ്.

ഒരു കുലത്തെ കൊന്നൊടുക്കിയ വിജയം. തനിക്കു മീതെ തലയുയർത്തുവാൻ ആരെയും അനുവദിക്കാത്ത അന്തക കുലത്തിന്റെ കണ്ണിയാണ് സുരേശൻ മാഷെന്ന് സായന്തിന് തോന്നി.

സ്കൂൾവിട്ടപ്പോഴും വീട്ടിലേക്കുള്ള നടത്തത്തിനിടയിലും കേൾക്കുന്നതൊക്കെ പൂച്ചയുടെ കരച്ചിലായിരുന്നു. കാതടപ്പിക്കുന്ന പൂച്ചക്കരച്ചിൽ.

സ്കൂൾ റോഡിലെ ആദ്യ വളവിലെ ഇറക്കത്തിൽ സായന്ത് നിന്നു.

മോതിരവള്ളിച്ചെടികൾക്കിടയിലൂടെ നൂഴ്ന്നിറങ്ങി.

പൊന്തക്കാടിന്നരികിലേക്ക് നടന്നു.

നീട്ടിവെച്ച മുൻ കാലുകൾക്കു മീതെ തല ചേർത്തു കിടക്കുന്ന പൂ

ച്ച. സായന്തിനെ കണ്ടപ്പോൾ പൂച്ച മെല്ലെ എഴുന്നേറ്റു.

ഭയന്നിട്ടാണോ അതോ അവശത കൊണ്ടാണോ എന്തോ കാടിനുള്ളിൽ പതുങ്ങിയിരിക്കുകയാണ് പൂച്ച.

ഒറ്റക്കണ്ണിലൂടെ തന്നെ ദയനീയമായി നോക്കുന്ന പൂച്ചയെ സായന്ത് വാരിയെടുത്തു.

സ്കൂൾ ബാഗ് പുറത്ത് ഒതുക്കിവെച്ച് പൂച്ചയുടെ മുതുകിൽ പിടിച്ച് മോതിരവള്ളിച്ചെടികൾക്കിടയിലൂടെ ചെക്കിപ്പൊന്തയ്ക്കരികിലൂടെ റോഡിലേക്ക് കയറി. കുന്നിറങ്ങി നടന്നു.കുളപ്പുറം വായനശാലയ്ക്കരികിലൂടെ അതിവേഗം വീട്ടിലേക്ക് നടന്നു.

തോട്ടിൻ കരയിലൂടെ, പാടവരമ്പിലൂടെ, കൊയ്ത്തുകഴിഞ്ഞ പാടത്തിലൂടെ നടക്കുമ്പോഴും കാതുകളിൽ മുഴങ്ങിയത് പൂച്ചക്കരച്ചിൽ മാത്രമായിരുന്നു.

കൂട്ടുകാരുടെ ചുണ്ടുകളിൽ നിന്നും ഉതിർന്നുവീണ കൂട്ടമായുള്ള പൂച്ചക്കരച്ചിൽ.

കണ്ണു കീറാത്ത കുഞ്ഞുങ്ങളെ കടിച്ചെടുത്ത് ഏഴില്ലം മാറ്റുന്ന തള്ളപ്പൂച്ചയെക്കുറിച്ച് അമ്മ പറഞ്ഞത് നടത്തത്തിനിടയിൽ സായന്ത് ഓർത്തെടുത്തു.

ഇളം വെയിലേറ്റ് മുറ്റത്ത് കിടക്കുന്ന പൂച്ചയെ പലദിവസങ്ങളിലും സായന്ത് നോക്കിയിരുന്നിട്ടുണ്ട്. അപ്പോഴൊക്കെ അറിയാതെ അവൻ സർവദമനനായി മാറും.

പൂച്ചയെ വാരിയെടുത്ത് മടിയിൽ ഇരുത്തും. സിംഹക്കുട്ടിയോടെന്നപോലെ പൂച്ചയോട് പലതും പറയും.

വരാന്തയുടെ വടക്കെ മൂലയിൽ ഉച്ചമയക്കത്തിൽ മുഴുകിയ പൂച്ചയ്ക്കരികിലിരുന്ന് പഠിക്കുമ്പോഴായിരുന്നു ഗൃഹ സന്ദർശനത്തിനായി സ്കൂളിൽ നിന്നും അധ്യാപകർ വീട്ടിലെത്തിയത്.

'മുഴുവൻ എ പ്ലസ് നേടേണ്ടതാണ്. പഠിക്കുന്നില്ലേ ...'

വരാന്തയിൽ സീറ്റിനോട് ചേർത്തുവെച്ച ചുവന്ന നിറമുള്ള കസേരയിലിരിക്കുന്നതിനിടയിലെ പ്രേമജയ ടീച്ചറുടെ വാക്കുകൾക്കുമുമ്പിൽ സായന്ത് ഒന്നും പറഞ്ഞില്ല. ചെറുതായി ചിരിച്ച് തലയാട്ടിക്കൊണ്ട് അവൻ വരാന്തയിലെ ചുമരോട് ചേർന്ന് നിന്നു.

വരാന്തയിലെ കാവി പൂശിയ സീറ്റിലിരിക്കുന്ന സുരേശൻ മാഷുടെ ശ്രദ്ധ മുഴുവൻ സായന്തിന്നരികിലെ പൂച്ചയിൽ ആയിരുന്നു.

തലയും മുതുകും ഉരസിക്കൊണ്ട് സായന്തിന്റെ കാലുകൾക്കിടയിൽ ചുറ്റിക്കറങ്ങുന്ന വെള്ളയിൽ മഞ്ഞ പുള്ളികളുള്ള പൂച്ച .

വാലുയർത്തി സായന്തിന്റെ കാലുകൾക്കിടയിൽ നിന്നും തനിക്കു നേരെ തുറിച്ചുനോക്കുന്ന പൂച്ചയെ കണ്ടപ്പോൾ സുരേശൻമാഷ് അറിയാതെ എഴുന്നേറ്റു നിന്നു.

ഒറ്റക്കണ്ണുള്ള കുഞ്ഞു പൂച്ച!!

സുരേശൻ മാഷ് സായന്തിന്നരികിലേക്കു നടന്നു. അവന്റെ വലതു കൈവെള്ളയിൽ മെല്ലെ തടവി.

അവന്റെ നോട്ടം സുരേശൻ മാഷുടെ കണ്ണുകളിലേക്കായിരുന്നു.

ഇടശ്ശേരിയുടെ പൂതം മുറുക്കി ചവച്ചുതുപ്പിയ ചെക്കിപ്പൂവിതൾ പോലെ ആ കണ്ണുകൾ ചുവന്നിരിക്കുന്നു.

അപ്പോഴും ഒറ്റക്കണ്ണുള്ള പൂച്ച കരഞ്ഞു കൊണ്ട് വാലുയർത്തിപ്പിടിച്ച് സായന്തിന്റെ കാലുകളിൽ ഉരുമ്മിക്കൊണ്ടേയിരുന്നു.

'സാറേ...'

അറിയാതെ സായന്തിന്റെ ചുണ്ടുകൾ മന്ത്രിച്ചു.

സുരേശൻ മാഷുടെ കവിളിലൂടെ ഊർന്നുവീണ കണ്ണീരുപോലെ ആ ചുണ്ടുകളിൽ നിന്നും രണ്ടക്ഷരം അടർന്നു വീണു.

പൂച്ച!

പുക

'നിനക്ക് ഭയമുണ്ടോ?' മുന്നിലോട്ട് ഒന്ന് ഒതുങ്ങിയിരുന്ന് ശബ്ദം അൽപം ഉയർത്തിയുള്ള കീർത്തിയുടെ ചോദ്യത്തിനുമുന്നിൽ അച്യുത് ഒന്നും പറഞ്ഞില്ല. രണ്ടു തവണ ഹോൺ മുഴക്കി അവൻ ടൂ വീലർ അതിവേഗം ഡ്രൈവ് ചെയ്തു.

'എന്താ അച്ചു ഒന്നും പറയാത്തെ...' പുറത്തു തൂക്കിയ കറുത്ത ബേഗ് ഒതുക്കി വെച്ച് അവന്റെ കാലുകളിൽ തടവിക്കൊണ്ടായിരുന്നു അവളുടെ അടുത്ത ചോദ്യം. അപ്പോഴും അവൻ ഒന്നും പറഞ്ഞില്ല. കുടകിലേക്കുള്ള സംസ്ഥാനപാതയിലെ വളവുകളിലൂടെ ടൂവീലർ ചീറിപ്പാഞ്ഞു. ലക്ഷ്യം റാണിപുരമാണ്. കാട്ടിലൂടെ ഒരു നടത്തം. ആകാശം മുട്ടിനിൽക്കുന്ന കുന്നുകയറണം. അഞ്ചുമണിക്ക് ക്യാമ്പസിൽ തിരിച്ചെത്തണം.

പനത്തടിയിൽ നിന്നും വലത്തോട്ട് തിരിഞ്ഞു റോഡിലൂടെയുള്ള യാത്ര കാട്ടിലൂടെ ആയപ്പോൾ വേഗത അല്പം കുറക്കേണ്ടി വന്നു. ഇലച്ചാർത്തുകൾക്കിടയിലൂടെ നീലാകാശത്തിന്റെ കുഞ്ഞു കഷണങ്ങൾ കോടമഞ്ഞിനെ തുടച്ചുമാറ്റി അവരുടെ കണ്ണുകളിലേക്ക് പെയ്തുകൊണ്ടേയിരുന്നു. അച്യുത് ഷർട്ടിനു മീതേ ധരിച്ച കോട്ട് ഡ്രൈവിങ്ങിനിടയിൽ വലതു കൈ കൊണ്ട് പകുതിയിലേറെ താഴ്ത്തി. കോട്ടിനകത്തേക്ക് ഇടിച്ചുകയറിയ കോടമഞ്ഞിന്റെ കുളിരിൽ അറിയാതെ അവന്റെ കണ്ണുകളടഞ്ഞു. കീഴ്ത്താടിയിലെ പല്ലുകൾ മേൽവരി പല്ലുകളിൽ ഉരസിക്കൊണ്ടേയിരുന്നു. പല്ലുകൾ തമ്മിൽ ഉരസുമ്പോഴുള്ള ശബ്ദം മർമ്മരങ്ങൾക്കും മീതെ ഉയർന്നു കേൾക്കാം.

കാട്ടുപാതയുടെ ആദ്യ വളവിലെ പാറക്കെട്ടുകൾക്കിടയിലേക്ക് ഊർന്നുവീഴുന്ന വെള്ളച്ചാട്ടത്തിന്നരികിൽ അവൻ വണ്ടി നിർത്തി. കാട്ടു പച്ചകൾക്കിടയിലൂടെ വെള്ളിയരഞ്ഞാണം പോലെ കുതിച്ചുവന്ന് പാറക്കെട്ടുകൾക്കിടയിൽ പതിച്ച് ചിതറുന്ന വെള്ളത്തുള്ളികൾക്ക് കോടമഞ്ഞിന്റെ കുളിരിനേക്കാൾ സുഖമുള്ളതുപോലെ...

പാറക്കെട്ടുകൾക്കിടയിലൂടെ കാട്ടുമരങ്ങളുടെ തണലിനെ തഴുകിക്കൊണ്ട് പടിഞ്ഞാറോട്ടൊഴുകുന്ന ചോലയുടെ സംഗീതം നുകർന്നുകൊണ്ട് അരുവിക്കരയിലെ ഉരുളൻ കല്ലുകൾക്ക് മീതെ അൽപനേരം

അവർ ഇരുന്നു.

പാതയ്ക്ക് എതിർവശത്ത് നിലംപതിച്ചു ചിതലരിച്ച ഏതോ മരത്തടിക്കു മുകളിൽ വരിവരിയായി ഇരിക്കുന്ന ഏതാനും കുരങ്ങുകൾ. കൈവെള്ളയോളം വലുപ്പമുള്ള കുഞ്ഞുങ്ങൾ അമ്മക്കുരങ്ങിന്റെ മാറോട് ഒട്ടിച്ചേർന്ന് അമ്മിഞ്ഞപ്പാല് നുകരുന്നു. ഏതാനും പേർ ചില്ലകളിൽനിന്നും ചില്ലകളിലേക്ക് ചാടുന്നു. അവർ ചാടുകയാണോ അതോ പറക്കുകയാണോ! കുരങ്ങുകളുടെ ചടുലതയിൽ കീർത്തി അത്ഭുതംകൂറി.

അവരുടെ നോട്ടം കണ്ടാൽ അറിയാം യാത്രക്കാർ നൽകുന്ന ആഹാരത്തിനുള്ള ഇരുത്തമാണെന്ന്. ബാഗിൽ നിന്നും ബിസ്ക്കറ്റ് എടുത്ത് കീർത്തി കുരങ്ങുകൾക്ക് എറിഞ്ഞുകൊടുത്തു. ആദ്യം എറിഞ്ഞ ബിസ്ക്കറ്റെടുത്തത് കൂട്ടത്തിലെ മുതിർന്ന കുരങ്ങായിരുന്നു. കീർത്തി എറിഞ്ഞു നൽകുന്ന ഓരോ ബിസ്ക്കറ്റുമെടുത്ത് കുരങ്ങുകൾ തൊട്ടടുത്ത മരച്ചില്ലകളിലേക്ക് കുതിച്ചു. കൂട്ടത്തിലെ ചില വിരുതന്മാർ ഒന്ന് കവിളിൽ തിരുകിവെച്ച് മറ്റൊന്ന് കയ്യിലെടുത്താണ് ചാട്ടം. എല്ലാംമറന്ന് കുരങ്ങുകളെ തീറ്റുന്ന കീർത്തിയേയും കുരങ്ങുകളേയും അച്യുത് തന്റെ മൊബൈലിൽ പകർത്തി.

വെള്ളച്ചാട്ടം കഴിഞ്ഞാൽ കുത്തനെയുള്ള കയറ്റമാണ്. രാത്രിയിലെപ്പോഴോ പെയ്ത മഴ കുഴച്ചിട്ട പൊടിമണലിൽ വണ്ടി ചെറുതായി തെന്നിക്കൊണ്ടേയിരുന്നു. ഫസ്റ്റ് ഗിയറിലിട്ട് ഏറെ ശ്രദ്ധയോടെയാണ് കുന്നു കയറിയത്. നെഞ്ചോളം ഉയരത്തിൽ വളർന്നു നിൽക്കുന്ന പുല്ലുകൾക്കിടയിലൂടെയുള്ള യാത്ര ചെങ്കുത്തായ ഇറക്കത്തിൽ ചെന്നെത്തി. ഇറക്കത്തിൽ കീർത്തി അച്ചുവിനോട് ചേർന്നിരുന്നു. അവന്റെ അരക്കെട്ടിൽ മുറുകെ പിടിച്ചു. പ്രകാശം അരിച്ചിറങ്ങുവാൻ ഏറെ പ്രയാസപ്പെടുന്ന മരങ്ങൾക്കിടയിലെ നിഴലിൽ അച്യുത് വണ്ടി വീണ്ടും നിർത്തി. വഴിയരികിലെ വലിയ ഉരുളൻ കല്ലോടു ചേർന്നിരുന്നു. അവിടെ നിന്നു നോക്കിയാൽ ദൂരെ ആകാശം മുട്ടിനിൽക്കുന്ന കുന്നു കാണാം.

'അച്ചു വല്ലാതെ ഭയക്കുന്നുണ്ട് അല്ലേ?' കോടമഞ്ഞുകൾക്കിടയിലൂടെ കുന്നുകളുടെ വിദൂരദൃശ്യം ആസ്വദിക്കുന്നതിനിടയിൽ കീർത്തി ചർച്ചയ്ക്ക് തുടക്കമിട്ടു.

'ങും?'

'എത്രനാളായി ഞാൻ ചോദിക്കുന്നു അപ്പോഴൊന്നും ഉത്തരമില്ലാതിരിക്കുമ്പോൾ നിന്റെ ഉള്ളു നീറുന്നത് ഞാൻ അറിയുന്നു.' അച്ചുവിന്റെ മൗനത്തിന്നുമീതെ വീശിയടിച്ച കാറ്റിൽ മരച്ചില്ലകൾ ആടിയുലഞ്ഞു. കോടമഞ്ഞിൻ കൂട്ടം ആകാശത്തോളം പറന്നകന്നു. ഇടതുകൈയ്യിലെ

ചൂണ്ടുവിരലും തള്ളവിരലും മീശരോമങ്ങൾക്കിടയിലൂടെ ഊർന്നിറങ്ങി താടിരോമങ്ങൾക്കിടയിൽ തടവിക്കൊണ്ട് അച്ചു പാൻസിന്റെ സൈഡ് പോക്കറ്റിൽ നിന്നുമെടുത്ത സിഗർ പുകച്ചു. അവന്റെ ചുണ്ടുകളിൽനിന്നും ഉയരുന്ന പുകച്ചുരുളുകൾക്കിടയിലൂടെ കീർത്തി അച്ചുവിന്റെ കണ്ണുകളിലേക്ക് നോക്കിയിരുന്നു.

'എന്താ വേണോ?' പുകച്ചുരുളുകൾ ആസ്വദിച്ച് ആകാശത്തേക്ക് പറത്തുന്നതിനിടയിലെ അച്ചുവിന്റെ ചോദ്യത്തിനുമുന്നിൽ കീർത്തി ഒന്ന് ചിരിച്ചു. 'പുക വലിച്ചതിനുശേഷമുള്ള നിന്റെ ചുണ്ടിലെ മണം നുകരുവാനാണ് എനിക്കിഷ്ടം.'

സിഗരറ്റ് ഇടതുകൈയ്യിലേക്ക് മാറ്റി കീർത്തിയെ വലതു കയ്യിലേക്ക് കോരിയെടുത്ത് അച്ചു തന്റെ നെഞ്ചോടു ചേർത്തു വച്ചു. അവളുടെ വാക്കിന്റെ കരുത്തിൽ അവൻ പറത്തിവിടുന്ന പുകച്ചുരുളുകളുടെ വേഗത കൂടിക്കൊണ്ടേയിരുന്നു. 'അപ്പോൾ എന്റെ പുകവലി നിനക്ക് ഇഷ്ടമാണ് അല്ലേ...' 'കോളേജിൽ ചേർന്ന വർഷം, ലൈബ്രറിക്കു പിറകിൽ നിന്ന് നീയും അനിൽ മാത്യുവും പുകവലിക്കുന്നത് ഞാൻ പലതവണ നോക്കിയിരുന്നിട്ടുണ്ട്.'

'ഓഹോ...'

'അനിൽ മാത്യുവിന്റെ വലി എനിക്കിഷ്ടമല്ല.'

'അതെന്താ...'

'ഉള്ളിലേക്ക് വലിച്ചെടുക്കുന്ന പുക ശക്തിയായി പുറത്തേക്ക് ഊതിവിടുന്നതിൽ എന്തു രസമാണുള്ളത്.' കീർത്തിയുടെ സൂക്ഷ്മനിരീക്ഷണക്കുറിപ്പിനു മുമ്പിൽ അച്യുത് ചെറുതായി ചിരിച്ചു.

'അപ്പോൾ ഞാനോ...'

'നിന്റെ ചുണ്ടുകളിൽ നിന്നും കുഞ്ഞുകുഞ്ഞു ഗോളങ്ങളായി പുക ആകാശത്തോളം ഉയരുമ്പോൾ, ഞാൻ അതിൽ ലയിച്ചു ചേരും. ആ തൂവെള്ളക്കൂട്ടിൽ ഞാനും ആകാശത്തോളം പറന്നുയരും...'

കോടമഞ്ഞിന്റെ തണുപ്പും പുകച്ചുരുളുകളുടെ ചൂടും ഇഴുകിച്ചേർന്നുള്ള വർത്തമാനങ്ങൾക്കൊപ്പം അവരുടെ യാത്രയുടെ വേഗതയും കൂടിക്കൊണ്ടേയിരുന്നു. നിത്യഹരിത ചോലവനങ്ങളും വിശാലമായ പുൽമേടുകളും നിറഞ്ഞ മഴക്കാടുകൾക്കിടയിലെ ഒറ്റവരിപ്പാതയിലൂടെ അവർ നടന്നു. ദൂരെ ഹിമയുഗത്തിലെ മാമത്തിനേപ്പോലെ ചെങ്കുത്തായി തലയുയർത്തി നിൽക്കുന്ന കരിമ്പാറപ്പുറത്തേക്ക്...

പതിറ്റാണ്ടുകൾക്കുമുമ്പ് കോട്ടയത്തെ കത്തോലിക്കാ രൂപത കോടോത്ത് കുടുംബത്തിൽനിന്നും വിലയ്ക്കുവാങ്ങി കുടിയേറിയ ഇടമാണ്

മാടത്തുമല. ആനയും നരിയും പുലിയും പുളഞ്ഞുമറിഞ്ഞ ഇടം. കാടു വെട്ടി കൃഷിചെയ്യുമ്പോൾ കാട്ടുമൃഗങ്ങളിൽ നിന്നും രക്ഷ നേടാൻ അവർ പരിശുദ്ധമറിയത്തെ പ്രാർത്ഥിച്ചുവത്രേ. ആദ്യ കുടിയേറ്റക്കാരുടെ പ്രാർത്ഥനയിൽനിന്നും മാടത്തുമല റാണിപുരമായി മാറി.

ചോലവനത്തിൽ നിന്നും പുൽമേട്ടിൽ എത്തിയപ്പോൾ സദാ വീശിയടിക്കുന്ന കാറ്റിനെ അവർ തൊട്ടറിഞ്ഞു. അൽപ്പനേരം അവിടെ ഇരുന്നു. ബാഗിൽ നിന്നും വാട്ടർ ബോട്ടിൽ എടുത്ത് കീർത്തി വെള്ളം കുടിക്കുന്നതിനിടയിൽ അച്യുത് ഒരു സിഗരറ്റ് എടുത്തു ചുണ്ടിൽ വച്ചു.

'അയ്യോ അച്ചു അരുത്....'

'ങും....?'

'ഇവിടുന്ന് പുകവലിക്കരുത്. ഒരു തീപ്പൊരി മതി പുൽമേട് കത്തി ചാമ്പലാകാൻ.'

'ശരിയാണ് കത്തിയമരുന്നത് ചിലപ്പോൾ പുൽമേട് മാത്രമാകില്ല, ചെടികൾക്കിടയിൽ അടയിരിക്കുന്ന അമ്മപ്പക്ഷികൾ ഉണ്ടാകും ചിറകു മുളക്കാത്ത കുഞ്ഞുങ്ങൾ ഉണ്ടാകും...' ചുണ്ടിൽ വെച്ച സിഗർ തിരികെ വെക്കുന്നതിനിടയിലുള്ള അച്ചുവിന്റെ വാക്കുകൾ കീർത്തിയെ വല്ലാതെ അലോസരപ്പെടുത്തി. അറിയാതെ അവൾ വലതുകൈകൊണ്ട് അവളുടെ പൊക്കിൾക്കുഴിക്കു ചുറ്റും മെല്ലെ ഒന്ന് തടവി.

പുൽമേട്ടിൽ നിന്നും കുന്നിലേക്കുള്ള യാത്രയ്ക്കിടയിൽ കീർത്തി ഒന്നും പറഞ്ഞില്ല. അച്ചുവിന്ന് പിറകേ അവൾ നടന്നു. പുൽത്തലപ്പിലൂടെ സദാ ഒഴുകിക്കൊണ്ടിരിക്കുന്ന കാറ്റും പുൽച്ചെടികളും എന്തോ സ്വകാര്യം പറയുന്നത് പോലെ കീർത്തിക്കു തോന്നി.

'കീർത്തി എന്താ ഒന്നും മിണ്ടാത്തെ...'

റാണിപുരത്തെ ഏറ്റവും ഉയരത്തിലുള്ള പാറപ്പുറത്ത് ഇരിക്കുന്നതിനിടയിലുള്ള അച്ചുവിന്റെ ചോദ്യത്തിനു മുന്നിലും അവൾ ഒന്നും പറഞ്ഞില്ല. അവളുടെ കണ്ണുകൾ അവന്റെ കണ്ണുകളോളം നീണ്ടു വളർന്നു. ശക്തിയായി വീശിയടിക്കുന്ന കാറ്റിൽ ഏറെ പ്രയാസപ്പെട്ട് അവൻ ഒരു സിഗരറ്റ് പുകച്ചു. കുഞ്ഞു ഗോളങ്ങളായി പുക പറത്തുവാൻ അവൻ ഏറെ ശ്രമിച്ചു. പക്ഷേ കുന്നിൻപുറത്തെ കാറ്റ് അതിനനുവദിച്ചില്ല. വിരലുകൾക്കിടയിൽ കത്തിത്തീരാറായ സിഗരറ്റ് കുറ്റിയിൽ നിന്നും മറ്റൊന്നിലേക്ക് കനൽ പകർന്നു കൊണ്ട് അവൻ വീണ്ടും വലിച്ചുകൊണ്ടേയിരുന്നു. പുകവലിക്കുമ്പോഴുള്ള അവന്റെ ആവേശത്തിൽ കീർത്തി ലയിച്ചുചേർന്നു. 'അച്ചൂ നിന്റെ സിരകളിലേക്ക് ലഹരി കിനിഞ്ഞിറങ്ങുന്ന രാത്രികളിൽ ഞാൻ ഉറങ്ങാറില്ല. ആ രാത്രികളിലെ ഇരുട്ടിനെ കീറിമുറി

ച്ച് എന്റെ വാട്സാപ്പിലേക്ക് വരുന്ന നിന്റെ മെസ്സേജുകൾ..... വീഡിയോ കോളിലൂടെയുള്ള നിന്റെ വടിവൊത്ത ശരീരം... അതാണ് എനിക്കിഷ്ടം. ആ രാത്രികളിൽ മാത്രമാണ് നിന്റെ വാക്കുകൾക്ക് കരുത്തുണ്ടാകുന്നത്... നിന്റെ ശരീരത്തിന്റെ ചലനങ്ങൾ എന്നെ സുഖിപ്പിക്കുന്നത്.'

ഏതോ മേഘവിസ്ഫോടനത്തേത്തുടർന്നുണ്ടായ പേമാരി പോലെ കീർത്തിയുടെ ചുണ്ടിൽ നിന്നും വാക്കുകൾ പെയ്തുകൊണ്ടേയിരുന്നു. കരിമ്പാറപ്പുറത്ത് മലർന്നുകിടന്ന് കവിളിൽ നിറച്ച പുക ആകാശത്തേക്ക് പറത്തിവിട്ട് അച്യുത് ചെറുതായി ചിരിച്ചു.

'പക്ഷേ അച്ചു നിന്റെ കൂട്ട് എനിക്ക് അത്ര ഇഷ്ടമല്ല.'

'ഏതു കൂട്ട് ?'

'അനിൽ മാത്യു. അവൻ ആളത്ര ശരിയല്ല.'

'അതെനിക്കറിയാം...'

'പിന്നെന്തിന് നീ അവനെ ചേർത്തു പിടിക്കുന്നു?' ചുണ്ടുകൾ വിറച്ചു കൊണ്ടുള്ള അവളുടെ ചോദ്യത്തിനു മുന്നിൽ അച്യുത് പകച്ചു പോയി.

'കീർത്തി, ആദ്യത്തെ പ്രണയവും ആദ്യം നുണഞ്ഞ സിഗരറ്റും ഒരിക്കലും മറക്കാൻ കഴിയില്ല. '

അച്ചുവിന്റെ വാക്കുകൾക്ക് മുമ്പിൽ കീർത്തി മുഖംതിരിച്ചു. കുന്നിൻ ചെരിവിലൂടെ വിദൂരതയിലേക്കു പറന്നകലുന്ന കിളികളെ അവൾ നോക്കിയിരുന്നു. 'അവന്റെ ചുണ്ടുകളിൽ പാതിയെരിഞ്ഞ നേവിക്കട്ടിന്റെ പുകയാണ് ഞാനാദ്യം നുകർന്നത്.'

'നേവി കട്ട്....'

ആ പദം കീർത്തിയെ കോരിത്തരിപ്പിച്ചു. അച്ചുവിന്റെ ചുണ്ടിൽനിന്നും അവൾ ആദ്യം നുകർന്നതും നേവി കട്ടിന്റെ രുചിയായിരുന്നു. ചുണ്ടിൽ വിരിഞ്ഞ പുഞ്ചിരി മനപ്പൂർവ്വം അവൾ ഒളിച്ചു വെച്ചു. 'കീർത്തി... ഞാൻ നിർത്തി. എനിക്കറിയാം ഇനിയും ഞാൻ പറഞ്ഞാൽ നീ എന്റെ വാട്സ്ആപ്പ് ബ്ലോക്ക് ചെയ്യും.'

കുന്നിൽ നിന്നും ഇറങ്ങുമ്പോഴും തിരിച്ച് ക്യാമ്പസിലേക്കുള്ള യാത്രയ്ക്കിടയിലും അവർക്കിടയിൽ സംസാരം നന്നേ കുറവായിരുന്നു. കാറ്റും കോളും നിലച്ച കടലായി മാറി പലപ്പോഴും അവർക്കിടയിലെ ആകാശം.

അയച്ച മെസ്സേജുകൾ എല്ലാം കീർത്തി റീഡ് ചെയ്തിട്ടും റിപ്ലൈ ലഭിക്കാതെയിരിക്കുമ്പോൾ അച്ചു ഏറെ അസ്വസ്ഥനായി. അത്താഴത്തിന് രുചി ഇല്ലാതെയായി. യാത്രാക്ഷീണം ഉണ്ടെങ്കിലും കൺപോളകൾ അടയുന്നില്ല. ബെഡ്ഡിൽ മലർന്നു കിടന്ന് വാട്സാപ്പിലെ ഓരോ മെസ്സേ

ജും വെറുതേ വായിച്ചു.

കൂടിവന്നാൽ രണ്ടുദിവസം. അതിനപ്പുറം പിണങ്ങി നിൽക്കുവാൻ കീർത്തിക്കാവില്ല. നിസ്സാര കാര്യം മതി പിണങ്ങാൻ... വാട്സ്ആപ്പ് ബ്ലോക്ക് ചെയ്യാൻ... ദിവസങ്ങൾക്ക് ദൈർഘ്യം കൂടുന്നതുപോലെ. അച്ചു വല്ലാതെ അസ്വസ്ഥനായി. പതിവുപോലെ വൈകുന്നേരം ലൈബ്രറിയിൽ ഏറെ നേരം കാത്തിരുന്നു. പക്ഷേ കീർത്തി വന്നില്ല. പെയ്യാൻ കഴിയാത്ത കറുത്ത മേഘങ്ങളെപ്പോലെ അവന്റെ മനസ്സ് അലസമായി അലഞ്ഞുകൊണ്ടേയിരുന്നു. മനസ്സുപോലെ ടൂവീലറിന്റെ വേഗത നിയന്ത്രിക്കുവാനും അവനു കഴിഞ്ഞില്ല. വീട്ടിലേക്കുള്ള യാത്രയ്ക്കിടയിൽ പാൻസിന്റെ പോക്കറ്റിൽ നിന്നും ഫോൺ ശബ്ദിച്ചുകൊണ്ടേയിരുന്നു. ആവർത്തിച്ചുള്ള കോൾ. ഇത് അവൾ തന്നെയായിരിക്കും എടുക്കില്ല. അറിയണം അവളും വേർപാടിന്റെ വേദന.... ആരോടെന്നില്ലാതെ പലതും പിറുപിറുത്തുകൊണ്ടായിരുന്നു പിന്നീടുള്ള യാത്ര.

ബാഗും ഹെൽമെറ്റും മേശപ്പുറത്തു വെക്കുന്നതിനിടയിലായിരുന്നു അവൻ കാൾ ലിസ്റ്റ് നോക്കിയത് .സേവ് ചെയ്യാത്ത നമ്പറിൽ നിന്നാണല്ലോ വിളി. ഇതെന്തിന് പുതിയൊരു നമ്പറിൽ നിന്നും വിളിക്കുന്നു ?

ചിന്ത അവന്റെ മനസ്സിനെ കീറിമുറിച്ചു. ഡ്രസ്സ് പോലും മാറാതെ ബെഡിലേക്ക് മലർന്നു കിടക്കുന്നതിനിടയിൽ വീണ്ടും റിങ്ടോൺ. അതേ നമ്പറിൽ നിന്നാണല്ലോ വിളി. എടുക്കണോ? റിങ്ടോൺ പാതിയിലേറെ മുഴങ്ങിയതിനുശേഷമാണ് അവൻ കോൾ അറ്റൻഡ് ചെയ്തത്.

'ഹലോ...'

'ഹലോ അച്യുത് ഇത് ഞാനാടാ... സന്മ.'

അറിയാതെ അവന്റെ ചുണ്ടുകളും മന്ത്രിച്ചു... സന്മ....

'നീ എന്താ ഇപ്പോൾ... '

'ഏയ് ഒന്നുമില്ലടാ.... എനിക്ക് നിന്നെ ഒന്ന് കാണണം....'

'എന്തിന്...'

'അതൊക്കെ നേരിൽ പറയാം. നാളെ വൈകുന്നേരം നാലുമണിക്ക് മാടായിപ്പാറയിൽ വരണം. പാറയുടെ പടിഞ്ഞാറ് ഭാഗത്തെ തടാകത്തിനരികിൽ... മറക്കല്ലേ....'

'സന്മാ...നീ എന്താണ് ഈ പറയുന്നത്...'

'അതൊക്കെ നാളെ പറയാം. ഓക്കേ ടാ...'

കത്തിയെരിയുന്ന വേനലിൽ പെയ്തൊഴിഞ്ഞ മഴ പോലെ സന്മയുടെ വാക്കുകൾ അച്ചുവിന്റെ മനസ്സിൽ കുളിരു പകർന്നു. അന്ന് രാത്രി അവന് ഉറങ്ങാൻ കഴിഞ്ഞില്ല.

'നിനക്ക് ധൈര്യമുണ്ടോ എന്റെ കയ്യും പിടിച്ച് നിന്റെ വീട്ടിലേക്ക് പോകുവാൻ...' കീർത്തിയുടെ വാക്കുകൾ അവന്റെ മനസ്സിനെ കീറി മുറിച്ചപ്പോൾ സന്മയുടെ കോൾ അച്യുതിന്റെ മനസ്സിൽ ശൂന്യത തീർത്തു.

കീർത്തി...

സന്മ...

നാലുമണി.....

മാടായിപ്പാറ....

അവന് ഉറങ്ങാൻ കഴിഞ്ഞില്ല. നീട്ടിവളർത്തിയ മുടിച്ചുരുളുകൾക്കിടയിലൂടെ കൈവിരലുകൾ ആഴ്ന്നിറങ്ങി. കണ്ണുകൾ കത്തിജ്വലിക്കുന്നതുപോലെ... ചുണ്ടുകൾ വരണ്ടുണങ്ങുന്നുതുപോലെ... അവൻ അതിവേഗം മേശപ്പുറത്തു നിന്നും ഹെൽമറ്റ് എടുത്തു. അതിന്റെ രഹസ്യ അറയിൽ നിന്നും വെളുത്ത മിഠായി എടുത്ത് ഇടതു കൈവെള്ളയിൽ വെച്ച് വലതു കൈയ്യിലെ തള്ളവിരലിനാൽ തലോടി കീഴ്ത്താടിയിലെ ചുണ്ടിനടിയിൽ ചേർത്തുവച്ച് ബെഡ്ഡിൽ മലർന്നു കിടന്നു.

മാടായിപ്പാറയിലെ പടിഞ്ഞാറെ തടാകത്തിന്നരികിൽ ആദ്യമെത്തിയത് അച്യുതായിരുന്നു. കാലപ്പഴക്കത്താൽ പാതി പൊളിഞ്ഞുപോയ കൽത്തറയിൽ അവൻ ഇരുന്നു. അരികിൽ സന്മയും. ഏറെനേരം അവരൊന്നും പറഞ്ഞില്ല. കടല മണിയോളം വലുപ്പമുള്ള ചെറുകല്ലുകളെടുത്ത് അവൻ തടാകത്തിലേക്ക് എറിഞ്ഞു കൊണ്ടേയിരുന്നു.

'അച്യുത് നിനക്ക് എന്തുപറ്റി... പ്ലസ് ടു ബാച്ചിൽ മിടുക്കനായ കുട്ടിയായിരുന്നില്ലേ നീ... ആദ്യം കണ്ട നാൾ മുതൽ എന്റെ മനസ്സിൽ നിറയെ നിന്റെ ചുണ്ടുകളായിരുന്നു.... തുടുത്ത കവിളുകൾ ആയിരുന്നു.... കലോത്സവവേദിക്കുപിന്നിൽനിന്നും ഭരതനാട്യത്തിനു ചമയമണിയുമ്പോൾ എന്റെ കൈവെള്ളയിൽ വരച്ച ചുവന്ന പുള്ളികളിൽ നിറയെ ഞാൻ കണ്ടത് നിന്റെ ചുണ്ടുകൾ ആയിരുന്നു....

ചുവന്ന ചുണ്ടുകൾ.... അവിചാരിതമായുണ്ടായ ഏതോ ലാവാപ്രവാഹം പോലെ സന്മയിൽ നിന്നും വാക്കുകൾ ഒഴുകിക്കൊണ്ടേയിരുന്നു. ആ പ്രവാഹത്തിന്റെ തീച്ചൂളയിൽ അവൻ വെന്തുരുകി.

'ആരോടും ഒന്നും പറയാതെ ക്ലാസ്സിൽ ഒതുങ്ങിയിരുന്നു പഠിക്കുന്ന അച്യുത് പ്രഭാകർ എനിക്കഭിമാനമായിരുന്നു. നിനക്ക് എന്നോട് ഇഷ്ടം ഉണ്ടെന്ന് നിന്റെ കൂട്ടുകാർ പറഞ്ഞ ദിവസം ഞാൻ ഉറങ്ങിയിട്ടില്ല. ആ രാത്രിയിൽ ഇരുട്ടിന് പോലും ചുവപ്പുനിറമായിരുന്നു. നിന്റെ ചുണ്ടുകളുടെ ചുവപ്പ്.'

'സന്മാ ഒന്ന് നിർത്തുന്നുണ്ടോ നീ...'

അവന്റെ വാക്കുകൾ ഒരാക്രോശമായിരുന്നു.

'ആവില്ല... കുഴിഞ്ഞ കണ്ണുകൾ, ഒട്ടിയ കവിളുകൾ, കറുത്ത് വരണ്ട് മരവിച്ച ചുണ്ടുകൾ....

ഇതല്ല എന്റെ അച്യുത്പ്രഭാകർ... ഇൻസ്റ്റാഗ്രാമിലെ നിന്റെ ഓരോ പോസ്റ്റ്.... അതിനടിയിലെ കമന്റുകൾ.... നിന്റെ റിപ്ലൈ.... എന്താണ് ഇതൊക്കെ?

വഴിവിട്ട ജീവിതം പോസ്റ്റ് ചെയ്തു അഭിമാനിക്കാനുള്ള ഇടമല്ല അച്യുത് ഇൻസ്റ്റാഗ്രാം... അത് ലോകത്തിന്റെ കണ്ണാണെന്ന് തിരിച്ചറിയുവാനുള്ള ബുദ്ധി പോലും നിനക്ക് ഇല്ലാതെ പോയല്ലോ...'

വാക്കുകൾ തിരമാലകളായി അവന്റെ കാതുകളിലേക്ക് ആർത്തിരമ്പി. അവന്റെ ഇരുമിഴികളും നിർത്താതെ പെയ്തു. സന്മയുടെ വലതു കൈ വിരലുകൾക്കിടയിൽ അവന്റെ ഇടതുകൈ ഞെരിഞ്ഞമർന്നു. ദൂരെ പടിഞ്ഞാറേ കുന്നിൻചെരുവിലെ റെയിൽ പാതയിലൂടെ ഏതോ ട്രെയിൻ ചൂളം വിളിച്ചുകൊണ്ട് കുതിച്ചു.

രാത്രി അവന് ഉറക്കം വന്നില്ല. കടും നീല പൂക്കളുള്ള ഷീറ്റ് വിരിച്ച ബെഡിൽ അവൻ മലർന്നു കിടന്നു. മുന്നിൽ ഇഴപിരിഞ്ഞു പോകുന്ന രണ്ടു വഴികൾ. ഒന്ന് കീർത്തിയിലേക്കുള്ള പാത... മറ്റൊന്ന് സന്മയിലേക്കും..... ജീവിതപാത ഒരു പ്രഹേളികയായി മനസ്സിൽ അലയടിച്ചു കൊണ്ടേയിരുന്നു.

'ഇനി ഈ ചുണ്ടുകൾ പുകയ്ക്കില്ല.... ഈ സിരകളിൽ ലഹരി നുരഞ്ഞു പതയില്ല...'

ഉറച്ച തീരുമാനവുമായി കടും നീലനിറമുള്ള ബെഡ്ഷീറ്റ് നെഞ്ചോളം പുതച്ച് ബെഡിൽ മലർന്നുകിടന്നു. തനിക്കു ചുറ്റും കുത്തിനിറച്ച ഇരുട്ടിൽ നിറയെ ചുവന്ന തുള്ളികൾ... ഉറക്കമില്ലാത്ത രാത്രി.... കൺപോളകൾ അടക്കുമ്പോഴും നിറയെ ചുവന്ന തുള്ളികൾ. രാത്രി ഏറെ വൈകിയിട്ടും അവന് ഉറങ്ങാൻ കഴിയുന്നില്ല.

ചുണ്ടുകൾ വല്ലാതെ വരണ്ടുപോകുന്നു.... കാറ്റുപോയ ബലൂൺ പോലെ കവിളുകൾ കോടുന്നു.... വല്ലാത്ത ദാഹം....

കൈവിരലുകൾ വിറയ്ക്കുന്നു.... ശരീരം ആകെ എന്തോ വലിഞ്ഞു മുറുകുന്നത് പോലെ.... അച്ചു മൊബൈലിന്റെ പിൻ കവർ ഊരിയെടുത്തു. അതിനകത്ത് സൂക്ഷിച്ചുവച്ച സ്റ്റാമ്പ് നാവിൽ പതിച്ച് ബെഡ്ഡിൽ മലർന്നു കിടന്നു.

'അനിൽ മാത്യു നീ ദൈവമാണ് ടാ.... നീ പകർന്നു തന്ന ലഹരിയുടെ സുഖം ഇല്ലായിരുന്നുവെങ്കിൽ ഇന്ന് ഞാൻ മരവിച്ചു പോകുമായിരു

ന്നു....' ജനൽ പാളികൾ അടച്ച് കൊളുത്തിട്ടു. ലാപ്ടോപ്പിന്റെ കറുത്ത ബാഗിൽ നിന്നും എടുത്ത നേവി കട്ട് പുകച്ചു.അവനു ചുറ്റും കുഞ്ഞുകുഞ്ഞു ഗോളങ്ങളായി പുകച്ചുരുളുകൾ നിറഞ്ഞുകൊണ്ടേയിരുന്നു. അലമാരയിൽ അടുക്കി വെച്ച പുസ്തകക്കെട്ടുകൾക്ക് പിറകിൽ സൂക്ഷിച്ച മോർഫ്യൂസിന്റെ ചില്ലു കുപ്പി അവന് കീർത്തിയുടെ കവിളായി മാറി. ചില്ലു കുപ്പിയിലെ അവസാനത്തെ തുള്ളിയും തന്റെ സിരകളെ ത്രസിപ്പിച്ചപ്പോൾ മോർഫ്യൂസിന്റെ തുടുത്ത ചില്ലു കുപ്പി മാറോട് ചേർത്ത് അവൻ ഉറങ്ങി.

എപ്പോഴാണ് ഉറങ്ങിയത് എന്നറിയില്ല. ഉണർന്നിട്ടും കുറച്ചു നേരം വെറുതെ മലർന്നു കിടന്നു.

വാതിൽ തുറന്നപ്പോൾ വെളിയിൽ തന്റെ മുറിയുടെ ചുവരിൽ തല ചേർത്തുവച്ചിരിക്കുന്ന അമ്മ. പുലരുന്നതുവരെ ഉണർന്നിരുന്നതിനാൽ വരണ്ടുപോയ അമ്മയുടെ കണ്ണുകളിലേക്ക് അവനൊന്നു നോക്കി. ഒന്നും പറഞ്ഞില്ല. അമ്മ ഒന്നും ചോദിച്ചതുമില്ല.

അപ്പോഴും അടുക്കളയിലെ ഗ്യാസ് സ്റ്റൗവിൽ പുട്ടിൻകുറ്റിയുടെ മുകളിലെ കുഞ്ഞുദ്വാരങ്ങളിലൂടെ ശക്തിയായി പുക ചീറ്റുന്നുണ്ടായിരുന്നു.

പാണ്ട്യാല

പാണ്ട്യാലക്കടപ്പുറത്തെ പാതി പൊളിഞ്ഞുപോയ വീട്ടിലേക്ക് കയറുമ്പോൾ തേജസ്വിനിയുടെ കണ്ണുകൾ നിറഞ്ഞു.പൊടുന്നനെ പൊടിഞ്ഞ കണ്ണീർത്തുള്ളികൾ അവളുടെ കവിളിലൂടെ ഉരുണ്ടുവീണു. കടൽ വിഴുങ്ങി ചവച്ചുതുപ്പിയ കൊന്നമരം വീടിന്റെ പിറകിൽ തലചായ്ച്ചു കിടക്കുന്നു. പാതി മരിച്ച് മണ്ണോടു ചേർന്നു കിടക്കുകയാണെങ്കിലും കൊന്ന മരത്തിന്റെ ശിഖരങ്ങളിൽ ഒന്ന് പൂവിട്ടിട്ടുണ്ട്. ശോഷിച്ചുപോയ രണ്ടോ മൂന്നോ പൂക്കളുള്ള ഒരു കുല. ഒരുതുള്ളി ജീവൻ ഉള്ളിലുള്ളിടത്തോളം ഒരു കുഞ്ഞു ശാഖയിലെങ്കിലും പൂവിടണമെന്ന കൊന്നമരത്തിന്റെ അടങ്ങാത്ത ആഗ്രഹത്തിനു മുമ്പിൽ തേജസ്വിനിയുടെ ഓർമ്മകൾക്ക് കനം കൂടിക്കൊണ്ടേയിരുന്നു.

പോർച്ചുഗീസുകാരാണത്രേ ദേശത്തിന്റെ പലഭാഗങ്ങളിലും പാണ്ടികശാലയ്ക്ക് തുടക്കമിട്ടത്. നാട്ടിൽ വിളയുന്ന വിഭവങ്ങളെല്ലാം തങ്ങളുടെ അധീനതയിലാക്കി സൂക്ഷിച്ചുവെക്കുന്ന ഇടം. അതാണ് പാണ്ടികശാല.എന്നാൽ കവ്വായിക്കായലിനോട് ചേർന്ന് കടലോരത്ത് പാണ്ടികശാല ആരംഭിച്ചത് ഉടുമ്പുന്തല ജന്മിയാണത്രേ! തീരദേശത്തു വിളയുന്ന എള്ളും വെള്ളരിയും മധുരക്കിഴങ്ങും തുടങ്ങി നീറ്റു കക്കയും ഉപ്പു വെയിലേറ്റ് ഉണക്കിയെടുക്കുന്ന മത്സ്യവും ദേശത്തിന്റെ പല ഭാഗങ്ങളിലുള്ള ആഴ്ചച്ചന്തകളിലേക്ക് എത്തിച്ചത് തീരദേശത്തെ പാണ്ടികശാലയിൽ നിന്നായിരുന്നു.

തൊണ്ണൂറിലെ പ്രളയം പൊന്നു വിളഞ്ഞ മണ്ണിനെ കവർന്നെടുത്തപ്പോൾ, പാണ്ടികശാല ശോഷിച്ചു. പാണ്ടികശാല ലോപിച്ച് 'പാണ്ട്യാല' എന്ന ദേശനാമമായി പരിണമിച്ചു.

ഒരു വേനലവധിക്കാലത്തെ ആദ്യ ഞായറാഴ്ചയായിരുന്നു പാണ്ട്യാലക്കടപ്പുറത്തെ വീട്ടിൽ നിന്നും തേജസ്വിനി ഇറങ്ങിയത്.

വീട്ടുപകരണങ്ങളും കട്ടിലും മേശയും മറ്റും മുമ്പേ കൊണ്ടുപോയി. അവശേഷിക്കുന്ന തുണിയും മറ്റും കുത്തിനിറച്ച ബാഗുമായി അമ്മ മുന്നിൽ നടന്നു. സന്ധ്യാനേരത്തെ ചുകന്ന ആകാശം അമ്മയുടെ മിഴികളിൽ നിഴലിച്ചു. വാതിൽ അടച്ച് താഴിട്ടു പൂട്ടി അവസാനം ഇറങ്ങിയത്

അച്ഛനായിരുന്നു. അച്ഛന്റെ മുഖം കടന്നൽകുത്തേറ്റതു പോലെ വീർത്തിട്ടുണ്ടായിരുന്നു. കാറ്റും കോളും നിലച്ച ഏതോ കടലിന്റെ നിശബ്ദതയായിരുന്നു ജീപ്പിനകത്ത്.

ജീപ്പിറങ്ങി കുന്നിൻ ചെരുവിലെ റബ്ബർ മരങ്ങൾക്കിടയിലൂടെ നടന്നു. നടവഴികൾ താണ്ടി, വഴിയിലെ ഇളകിയ ചരൽക്കല്ലുകൾ ചവിട്ടിമെതിച്ച് മുന്നോട്ട് നടന്നു.

കടലില്ലാത്ത,

കടലാരവം മുഴങ്ങാത്ത,

രാക്കടലിൻ വെളിച്ചമില്ലാത്ത,

ഞണ്ടാടിക്കുന്നിന്റെ താഴ്‌വാരത്ത് പറിച്ചുനട്ടപ്പോഴും പല രാത്രികളിലും അവളുടെ കാതുകളിൽ കടൽ പായ്യാരം പറഞ്ഞുകൊണ്ടേയിരുന്നു.

ആളൊഴിഞ്ഞ ഏതാനും വീടുകളും സദാ വീശിയടിക്കുന്ന ശക്തമായ കാറ്റിൽ ആടിയുലയുന്ന ഏതാനും തെങ്ങുകളും മാത്രം അവശേഷിക്കുന്ന പാണ്ട്യാലയിലെ മണ്ണിൽ തേജസ്വിനി ഏറെ നേരം ഇരുന്നു.

ഉച്ചവെയിലേറ്റു തിളങ്ങുന്ന കടലിന്റെ നീലിമയിലേക്ക് വെറുതെ നോക്കിയിരിക്കുന്ന അവളുടെ ഇരു മിഴികളിലും വേലിയേറ്റമായിരുന്നു.

അകലങ്ങളിലെ കടലിന്റെ കടുംനീല നിറത്തെ കീറിമുറിച്ചു പറക്കുന്ന പറവകൾ. വിൻസെന്റ് വാൻഗോഗിന്റെ 'ഗോതമ്പ് പാടത്തിലെ കാക്കകൾ' [Crows in the Wheat field] എന്ന ചിത്രമായിരുന്നു മനസ്സുനിറയെ..

'മോളേ....'

കടലിനേക്കാളും കനമുള്ള ശബ്ദം. പൊടുന്നനെയുള്ള വിളിയിൽ അവൾ അമ്പരന്നു.

ആരാണ് വിളിക്കുന്നത് ? തേജസ്വിനി ചുറ്റും പരതി.

കടൽ കയറി കവർന്നെടുത്ത് ചവച്ചുതുപ്പിയ പാണ്ട്യാലയിലെ വിജനതയിൽ നിന്നും ഉയർന്ന ശബ്ദം അവളെ വല്ലാതെ ഭയപ്പെടുത്തി.

പച്ചയെ തേച്ചുമായ്ച്ചു കളഞ്ഞ് മഞ്ഞളിച്ച ഓലകൾ ചൂടിനിൽക്കുന്ന തെങ്ങിൻ ചുവട്ടിൽ കാലു നീട്ടിയിരിക്കുന്ന കറുത്ത രൂപം.മുഷിഞ്ഞ വസ്ത്രം. എണ്ണമയമില്ലാതെ കാറ്റിൽ പറക്കുന്ന മുടിയും താടി രോമങ്ങളും. അയാളുടെ കണ്ണുകൾ തേജസ്വിനിയുടെ കണ്ണുകളിലേക്കു നീണ്ടു വളർന്നു. കുഴിഞ്ഞ കണ്ണുകൾ. കവിളൊട്ടിയ മുഖം.കാലുകൾ നീട്ടി വലിച്ച് തനിക്കരികിലേക്കു വരുന്ന ആ മനുഷ്യനു മുന്നിൽ അവളുടെ ശരീരം മരവിച്ചു. കൈകാലുകൾ തളർന്നു.നാവു വരണ്ടു. വാക്കുകൾ വറ്റി.

ആ മനുഷ്യന്റെ വലതുകൈയ്യിലെ ചൂണ്ടുവിരൽ അവൾക്ക് നേരെ ഉയർന്നു.

'നീ വാസവന്റെ മോളല്ലേ ....'

'അതെ. നിങ്ങൾ ?'

ചുണ്ടുകളിൽ നിന്നും വാക്കുകൾ അവളറിയാതെ അടർന്നുവീണു.

അയാൾ ഒന്നും പറയാതെ തിരിഞ്ഞുനടന്നു. മദമിളകിയാടിയ കടൽ ചവച്ചുതുപ്പിയ ചവോക്ക് മരച്ചില്ലകൾക്കിടയിലൂടെതീരത്തേക്ക്. ആർത്തിരമ്പിവരുന്ന തിര തലതല്ലിച്ചിതറി തിരിച്ചുപോകുന്ന മണൽത്തിട്ടയിൽ അയാൾ ഇരുന്നു. കടലിന്റെ അപാരതയിലേക്ക് ഇമവെട്ടാതെ തുറിച്ചു നോക്കുന്ന അയാൾക്കരികിൽ തേജസ്വിനിയും ഇരുന്നു.അയാൾ കടലിലേക്ക് നോക്കിയിരുന്നു.അവൾ അയാളുടെ കുഴിഞ്ഞ കണ്ണുകളിലേക്കും. ആ മനുഷ്യന്റെ ഇരു മിഴികളും കടലോളം വളരുന്നു.

ശക്തമായ കാറ്റിൽ ആടിയുലയുന്ന തെങ്ങോലയിലിരുന്ന് ഒരു കാക്ക കരഞ്ഞുകൊണ്ടേയിരുന്നു. കാറ്റൊന്നു നിലച്ചപ്പോൾ കാക്ക അകലങ്ങളിലേക്ക് പറന്നകന്നു.

'ഹരിയേട്ടൻ '

അച്ഛൻ ഒഴികെ വീട്ടിലെ മറ്റുള്ളവരെല്ലാം അങ്ങനെയാണ് വിളിക്കുന്നത്. ഹരിയേട്ടന്റെ പൂർണമായ പേര് തേജസ്വിനിക്കറിയില്ല. അവൾ അതാരോടും ചോദിച്ചിട്ടുമില്ല.

കടലോരത്തെ മണൽത്തിട്ടകൾക്കും മീതെ പൊട്ടിച്ചിരിക്കുന്ന തിരമാലകളെ കീറിമുറിച്ച് തുഴഞ്ഞു വരുന്ന ഹരിയേട്ടന്റെ തോണിയിൽ നിറയെ മത്തിയുണ്ടാകും. മുതുകിൽ ചാണകപ്പച്ച നിറമുള്ള മത്തി .

തോണിയിൽ കുന്നോളം ഉയരത്തിൽ കൂട്ടിയിരിക്കുന്ന മത്തിയെല്ലാം ലേലംകൊണ്ടു കൊടുത്താലും ഒരു കീരിക്കൊട്ട* നിറയെ മത്തിയുണ്ടാകും ബാക്കി.

കടലിൽ പണിയെടുക്കുന്ന ഹരിയേട്ടന് സ്വന്തമായി ഒരു ഓടമില്ല. അച്ഛന്റെ തോണിയിലാണ് കാലങ്ങളായി ഹരിയേട്ടൻ കടലിൽ പോകുന്നത്.

കിട്ടിയ മീനെല്ലാം ലേലം കൊണ്ട്, വലയും തോണിയും കരയിൽ കയറ്റി വെച്ച് വീട്ടിൽ വന്നതിനു ശേഷം മാത്രമേ ഹരിയേട്ടൻ സ്വന്തം വീട്ടിലേക്ക് പോകു.

കീരിക്കൊട്ട നിറയേ മുതുകിൽ ചാണകപ്പച്ചനിറമുള്ള മത്തിയുമായി ഹരിയേട്ടൻ വീട്ടിലെത്തിയാൽ ഞങ്ങൾക്കൊരാഘോഷമാണ്. ഞങ്ങൾ കുട്ടികളെല്ലാം ചേർന്ന് ഉണങ്ങിയ ഓലകൾ എടുത്തു കൊണ്ടുവരും.

ഹരിയേട്ടൻ പച്ചമട്ടൽ ചീന്തിയെടുത്ത് വീടിനു പടിഞ്ഞാറെ മൂലയിലെ കൊന്നമരത്തിന് ചോട്ടിലെ അടുപ്പിൽ ചേർത്തു വയ്ക്കും.പിന്നെ കീരിക്കൊട്ടയിലെ മത്തി ഒന്നൊന്നായെടുത്ത് അടുപ്പിനു മീതെയുള്ള പച്ച മട്ടലിന്നു മുകളിൽ നിരത്തി വെക്കും.ഞങ്ങൾ ഹരിയേട്ടന്റെ കൈകളിലേക്ക് നോക്കിയിരിക്കും. ഓലച്ചൂട്ടിൽ നിന്നും ഉയരുന്ന തീനാളങ്ങൾക്കിടയിലൂടെ മത്തിനിരത്തി വെക്കുന്ന ആ കറുത്ത കരങ്ങൾക്ക് കടലോളം കരുത്തുണ്ട്.

കൊന്നമരച്ചില്ലയിൽ നിന്നും താഴോട്ടുതൂങ്ങുന്ന സ്വർണ്ണ വർണ്ണനിറമുള്ള പൂക്കുലകളേപ്പോൽ അടുപ്പിൽനിന്നും മുകളിലോട്ടുയരുന്ന തീക്കുലകൾക്കിടയിൽ നിന്നും മത്തിയുടെ മണം പരക്കുമ്പോൾ നാവിൽ വെള്ളമൂറും. എല്ലാം ഇന്നലെ കഴിഞ്ഞതു പോലെ.ഓർമ്മകൾ അവളുടെ മനസ്സിൽ തിരമാലകളേപ്പോൽ ആർത്തിരമ്പി.

ചൂള പോലെ ചുട്ടുപൊള്ളുന്ന ഒരു മീനമാസത്തിലായിരുന്നു കടൽ കലമ്പിയത്. പുലരും മുമ്പേ മൂടികെട്ടി, തിര പൊട്ടാത്ത കടൽ കടുംനീല നിറത്തിൽ ഉയരുന്നതു പോലെ.പകലന്തിയോളം പലരും കടലിന്റെ നീലിമയിലേക്ക് നോക്കിയിരുന്നു.

കടലിൽ വേലിയേറ്റമാണ്. തിരകൾ പൊട്ടാത്ത വേലിയേറ്റം.

സമയം ഏറെക്കഴിഞ്ഞിട്ടും വേലിയേറ്റം തുടർന്നുകൊണ്ടേയിരുന്നു. അലകളില്ലാത്ത കടൽ ആകാശത്തോളം ഉയരുന്നതു പോലെ.

നിർത്താതെ കരഞ്ഞുകൊണ്ട് കാക്കകൾ കവ്വായിക്കായലിനുമപ്പുറത്തേക്ക് പറന്നകലുന്നു.

തിരയൊഴിഞ്ഞ തീരത്ത് കുഞ്ഞു ഞണ്ടുകൾ കുഴികളിലേക്ക് നൂഴ്ന്നിറങ്ങുന്നു.

പാണ്ട്യാലക്കടപ്പുറത്തെ പശുക്കൾ നിർത്താതെ കരയുന്നു.

ചവോക്കു മരക്കൂട്ടങ്ങൾക്കിടയിൽ നിന്നും നായകൾ ഓരിയിടുന്നു. മറ്റു ചിലവ കുരച്ചുകൊണ്ടേയിരിക്കുന്നു.

പതിവില്ലാത്ത കടൽ. പതിവില്ലാത്ത വേലിയേറ്റം. പാണ്ട്യാലക്കടപ്പുറത്തെ പലരും പരസ്പരം പലതും പറഞ്ഞു കൊണ്ടേയിരുന്നു.

കാറ്റുപോലും നിലച്ച ആ രാത്രി പാണ്ട്യാലക്കടപ്പുറത്തു നിന്നും ആരും കടലിൽ പോയില്ല.കയറ്റിവെച്ച ചീനക്കൊമ്പിൽ ഒരു കിളി പോലും പറന്നിരുന്നില്ല.

പതിവില്ലാത്തവിധം മുഖം വീർത്ത കടൽ. പലരുടേയും ഉറക്കം കെടുത്തി. രാക്കടലിൻ വെളിച്ചമില്ലാത്ത പാതിരാത്രിയോളം പലരും ഇരുട്ടിന്റെ നേർത്ത പാളികൾക്കിടയിലൂടെ കടലിനെ നോക്കിയിരുന്നു.

കടൽ കറുത്തു.

ആകാശവും കറുത്തു.

കടലുപോലെ ഇരുട്ട് കരയെ കവർന്നെടുത്തപ്പോൾ , മണൽ വെളിച്ചത്തിൽ ഓരോരാളും അവരവരുടെ വീടുകളിലേക്ക് കുതിച്ചു.

അന്ന് രാത്രി ഏറെ നേരം വീട്ടിൽ ഞങ്ങളാരും ഉറങ്ങിയില്ല. തിര പൊട്ടാത്ത കടലിനേക്കുറിച്ചായിരുന്നു ഞങ്ങളുടേയും സംസാരം.

മുറ്റത്തെ ചെന്തെങ്ങിനോട് ചേർത്തുകെട്ടിയ ഓലപ്പന്തലിൽ അച്ഛനോടൊപ്പം ഹരിയേട്ടനും ഉണ്ടായിരുന്നു. രാക്കൊണ്ടെ* മീൻപിടിക്കാൻ പോകുന്ന ദിവസങ്ങളിലൊക്കെ ഹരിയേട്ടൻ ഉറങ്ങുന്നത് മുറ്റത്തെ ഓലപ്പന്തലിലാണ്.

അമ്മയും അനുജനുമൊക്കെ ഉറങ്ങിയത് എപ്പോഴാണെന്നറിയില്ല. ഉറക്കം വരുന്നില്ലെങ്കിലും കണ്ണടച്ച് വെറുതെ കിടന്നു. അപ്പോഴും മുറ്റത്തെ പന്തലിലെ സംസാരം അവ്യക്തമായി കേൾക്കാം. അന്ന് രാത്രി എപ്പോഴാണ് ഉറങ്ങിയത് എന്നറിയില്ല.

കണ്ണുകളിൽ നിറയെ കടലായിരുന്നു. കാതുകളിൽ നിറയെ കടലിരമ്പമായിരുന്നു.

വീർപ്പുമുട്ടിയ കടൽ ആർത്തിരമ്പിയത് പൊടുന്നനെ ആയിരുന്നു. ഭൂമി പിളർക്കുമാറുച്ചത്തിൽ ആകാശത്തോളം ഉയർന്ന കടൽ. കടപുഴകി വീണ തെങ്ങുകൾ കടൽ പരപ്പിലൂടെ ഒഴുകുന്നു.

തീരത്തോട് ചേർന്ന വീടുകളിലേറേയും കടലെടുത്തു. എന്തുചെയ്യണമെന്നറിയാതെ പലരും പല ദിക്കിലേക്കും ഇറങ്ങിയോടി. എങ്ങും കൂട്ടനിലവിളി. മുറ്റത്തെ ഓലപ്പന്തലിൽ നിന്നും ഹരിയേട്ടൻ ഇറങ്ങിയോടിയത് ഞങ്ങളാരും കണ്ടില്ല. ഹരിയേട്ടന്റെ വീടിന്റെ മേൽക്കൂരയും ചുമരിൽ പാതിയും കടലെടുത്തു.

ഉച്ചയോടു കൂടി ഞങ്ങളെയൊക്കെ കവ്വായിക്കായലിന്നക്കരെയുള്ള പടന്നയിലെ സ്കൂളിലേക്ക് മാറ്റി.

കടലില്ലാത്ത, കടലാരവമില്ലാത്ത പടന്നയിലെ നാലുചുമരുകൾക്കുള്ളിൽ ഉയർന്ന തേങ്ങലിൽ കടൽക്കാറ്റിന്റെ ഇരമ്പം ഉണ്ടായിരുന്നു. വരാന്തയിൽ വിരിച്ച തുണിയിലും ക്ലാസ് മുറിയിലെ ബെഞ്ചിലും കിടക്കുന്ന അമ്മമാരുടെ കണ്ണീരിൽ നിറയേ തിരയിളക്കമായിരുന്നു.

പാണ്ട്യാലയിലെ പലരും പടന്നയിൽ എത്തിയില്ല. പലരും എങ്ങോട്ടാണ് ഓടിപ്പോയത്! ഒരു നിശ്ചയമില്ല ആർക്കും.

തന്റെ മകന്റെ പേര് ചൊല്ലി വിളിച്ചും വാവിട്ടുകരഞ്ഞും സ്കൂൾ വരാന്തയിലൂടെ ഓടുകയാണ് ഹരിയേട്ടൻ . ഭാര്യയേയും മകനേയും കാണാ

തെ കരയുന്ന ആ മനുഷ്യന്റെ നിലവിളി ആരെയും നോവിക്കും.

'നീയിങ്ങനെ തൊണ്ടപൊട്ടി കരയല്ലേ ...ന്റെ മോനേ.... കടലമ്മ ചതിക്കൂല്ല...'

സ്കൂൾ വരാന്തയിൽ ചുമരോട് ചേർന്നിരിക്കുന്ന കൗസല്യമൂത്തയുടെ വാക്കുകൾക്കൊന്നും ഹരിയേട്ടനെ ആശ്വസിപ്പിക്കുവാൻ കഴിഞ്ഞില്ല.

കാവിലെ വെളിച്ചപ്പാട് പോലെ അയാൾ ഇറങ്ങിയോടി.

സ്കൂൾ വരാന്തയിലൂടെ...

കവ്വായിക്കായലിലെ മണൽ പരപ്പിലൂടെ... മാവിലാടം പാലം കയറി... ബീച്ചാരിക്കടവിലെ തണുത്തകാറ്റിലൂടെ...

വെളുത്തപൊയ്യയിലെ ചവോക്ക് മരങ്ങൾക്കിടയിലൂടെ... അയാൾ അലക്ഷ്യമായി ഓടിക്കൊണ്ടേയിരുന്നു.

കടൽ പുഴയുടെ കൈകളിൽ തലചായ്ക്കുന്ന ഇടം വരെ, കടലോളം കരഞ്ഞുകൊണ്ട് അയാൾ ഓടി.

അഴിത്തലയിലെ മണൽത്തിട്ടയിൽ കമിഴ്ന്നു കിടക്കുന്ന ജീവനറ്റ മകനെ വാരിയെടുത്ത് നെഞ്ചോട് ചേർത്ത് കരഞ്ഞ ഹരിയേട്ടന്റെ നിലവിളിക്കൊപ്പം കടൽ കരഞ്ഞു.

കാറ്റ് കരഞ്ഞു.

തെങ്ങോലയിലിരുന്ന് കാക്കകൾ കരഞ്ഞു.

ചുണ്ടുകളും മൂക്കും അഴുകിപ്പോയ മകന്റെ മുഖത്തേക്ക് നോക്കി വാവിട്ട് കരയുന്ന ഹരിയേട്ടൻ.

പിന്നീട് ഞാൻ ഹരിയേട്ടനെ കണ്ടിട്ടില്ല. ആറളം കാടോടു ചേർന്ന് എവിടെയോ പറിച്ചുനട്ടു എന്ന് അച്ഛൻ പറഞ്ഞറിഞ്ഞു.

'കാടും കടലാണ് കുഞ്ഞേ...'

എന്റെ വലതു കൈത്തണ്ടയിൽ മുറുകെ പിടിച്ചുകൊണ്ടായിരുന്നു ഹരിയേട്ടന്റെ വാക്കുകൾ.

'കരയല്ലേ ഹരിയേട്ടാ...'

മുഷിഞ്ഞ കുപ്പായത്തിൽ മുറുകെപ്പിടിച്ചുകൊണ്ട് തനിക്കരികിൽ നിൽക്കുന്ന തേജസ്വിനിയുടെ കണ്ണുകളിലേക്ക് അയാൾ ഇമവെട്ടാതെ നോക്കിനിന്നു .

'ഇനി എന്തിനു ഞാൻ കരയണം? എന്റെ കുഞ്ഞിനെ കടലെടുത്തു...'

'ഹരിയേട്ടാ...'

'അവന്റെ അമ്മയെ കടലെടുത്തു.'

'ഒന്ന് നിർത്തുന്നുണ്ടോ ഹരിയേട്ടാ നിങ്ങൾ...'

'വീടും പറമ്പും ആർത്തിരമ്പുന്ന കടലായി മാറി... ഇനി... ഇനി ഞാൻ

എന്തിനു കരയണം? ' അപ്പോഴും അയാൾ കരയുന്നുണ്ടായിരുന്നു. കർക്കിടകത്തിലെ കടലുപോലെ ആ കണ്ണുകൾ കലങ്ങി മറിഞ്ഞു.

'കടലിനെ മറക്കണം... കടലമ്മയെ മറക്കണം... കടലാരവം മറക്കണം ....എന്നു കരുതിയാണ് കടലിരമ്പമില്ലാത്ത കാട് കയറിയത്.'

'എന്നിട്ട് ...'

'കാടിനു മീതെ കടൽ ആർത്തു പെയ്തപ്പോൾ, കാടും കരിങ്കൽപ്പാറകളും ആർത്തിരമ്പുന്ന മഴയോടൊപ്പം കുത്തിയൊലിച്ചു വന്നപ്പോൾ.... അവിടേയും പിടിച്ചുനിൽക്കാൻ എനിക്കു കഴിഞ്ഞില്ല കുഞ്ഞേ ...'

അയാളുടെ വാക്കുകൾക്കു മുമ്പിൽ ഇളം വെയിലേറ്റ മഞ്ഞുതുള്ളി പോലെ അവൾ വരണ്ടുപോയി.

അറിയാതെ അവളുടെ കൈകൾ ആ മനുഷ്യനെ വാരിപ്പുണർന്നു.

'ഹരിയേട്ടാ....ങ്ങള് എന്റെ കൂടെ വാ... ചീമേനിക്കടുത്ത് ഞണ്ടാടിക്കുന്നിന്റെ ചെരുവിലാണ് ഞങ്ങൾ ഇപ്പോൾ താമസം. ഞങ്ങളോടൊപ്പം അവിടെ കഴിയാം.'

'വേണ്ട കുഞ്ഞേ... എനിക്കീ കടലുമതി. കടലിന്റെ കാറ്റു മതി. ഉപ്പു മതി.... കുഞ്ഞേ നീ കേൾക്കുന്നില്ലേ... കടലമ്മയുടെ പാട്ട്....ആ പാട്ടിൽ.... ന്റെ മോനുണ്ട്. മോന്റെ അമ്മയുണ്ട്....'

പലതും വിളിച്ചു പറഞ്ഞുകൊണ്ട് ഹരിയേട്ടൻ തീരത്തേക്ക് നടന്നു. എനിക്കൊന്നും മനസ്സിലായില്ല.

അപ്പോഴും മനസ്സുനിറയെ മുതുകിൽ ചാണകപ്പച്ചനിറമുള്ള മത്തിയുടെ മണമായിരുന്നു.

അയാൾ നടന്നു.

തിരയും തീരവും എന്തോ സ്വകാര്യം പറഞ്ഞു പിരിയുന്ന മണൽ പരപ്പിലൂടെ...

തെക്കോട്ട്,

തെക്കോട്ട്,

തെക്കോട്ട് .

വിദൂരതയിൽ ഒരു കുഞ്ഞു തുള്ളിയായി അവസാനിക്കുന്നതുവരെ ചുട്ടുപൊള്ളുന്ന മണൽത്തിട്ടയിൽ തേജസ്വിനി അയാളെ നോക്കി നിന്നു.

ചക്രവാളത്തിൽ താഴ്ന്നുപോകുന്ന സൂര്യബിംബം പോലെ ഹരിയേട്ടൻ അങ്ങ് തെക്ക് അലിഞ്ഞലിഞ്ഞു തീർന്നപ്പോൾ തേജസ്വിനി കടലിലേക്കിറങ്ങി.

തന്റെ തോൾസഞ്ചിയുടെ സൈഡ് പോക്കറ്റിലെ ചില്ലുകുപ്പിയിൽ നിറയെ കടലിനെ കോരിയൊഴിച്ച് തിരിഞ്ഞുനടന്നു.

ഞണ്ടാടിക്കുന്നിലേക്ക്.

തന്റെ കിടപ്പുമുറിയുടെ പടിഞ്ഞാറെ ചുമരിനോട് ചേർത്ത് വെച്ച മേശക്കുമുകളിലെ ചില്ലു കുപ്പിയിലെ ആർത്തിരമ്പുന്ന കടലിലേക്ക് അവൾ നോക്കിയിരുന്നു.

കുപ്പിയിലെ നീലിമയിൽ നിന്നും വീശിയടിക്കുന്ന കടൽക്കാറ്റിന്റെ കരങ്ങളിൽ അവൾ തല ചായ്ച്ചു കിടന്നു.

കീരിക്കൊട്ട - മത്സ്യം കൊണ്ടുപോകുവാൻ പച്ചയോലത്തുമ്പുകൊണ്ട് മെടഞ്ഞുണ്ടാക്കുന്ന ചെറിയ കൊട്ട.
രാക്കൊണ്ടെ - രാവ് പകലിനോട് ചേരുന്ന സമയം അഥവാ അതിരാവിലെ

വരിക്കപ്ലാവ്

'**മാ**മരംകോച്ചുന്ന കുളിരു കോരിയെടുത്ത്, ഉള്ളം കുളിർത്ത് ഒരു കുഞ്ഞിക്കൈയ്യിലെങ്കിലും പൂവിടണമെന്നുണ്ടെനിക്ക്.'

നിർത്താതെ പെയ്യുന്ന മഴയിൽ നിവർന്നുനിൽക്കാൻ പ്രയാസപ്പെടുന്ന കുട്ടിമാവിന്റെ വാക്കുകൾക്ക് മുമ്പിൽ വരിക്കപ്ലാവും കണ്ണീരുതിർത്തു.

'ഈ ആണ്ടിലെങ്കിലും ഒരു ഉണ്ണിയെ ചൂടണമെന്ന് ഉള്ളു നിറഞ്ഞ് ആശിച്ചുപോയി ...ന്റെ വരിക്കപ്ലാവേ...'

ആയില്യവളപ്പിലെ തെക്കേ മൂലയിൽ പടർന്നു പന്തലിച്ചു നിൽക്കുന്ന കുട്ടിമാവിന്റെ കൂമ്പടഞ്ഞ പീലികൾ കണ്ണീരുതിർത്തു. ഇലച്ചാർത്തുകൾക്കിടയിലൂടെ തുറിച്ചുനോക്കുന്ന ആകാശത്തുണ്ടുകൾ അപ്പോഴും പെയ്തുകൊണ്ടേയിരുന്നു.

'കുംഭം മീനം ആവി മഴ. മണ്ണും വിണ്ണും വരണ്ട് പോകുമ്പോൾ ഉള്ളം നിറയെ തേനൂറും നീരും നാരും നിറച്ച് ഞാനും ഒരു ഫലമെങ്കിലും ചൂടിയിട്ട് മൂവാണ്ടായി ....'

വരിക്കപ്ലാവിന്റെ വാക്കുകളിലെ നൊമ്പരം മർമ്മരങ്ങളായി, വൃശ്ചികത്തിൽ നിനക്കാതെ വന്ന ഇടമുറിയാത്ത മഴയിൽ ലയിച്ചുചേർന്നു.

പടർന്നു പന്തലിച്ചു നിൽക്കുന്ന മാമരങ്ങൾ ഏറെയുണ്ട് ആയില്യവളപ്പിൽ. മാവും പ്ലാവും മുരിക്കും മുരിങ്ങയും മാത്രമല്ല പുളിയും പാലയും ഞാവലും നെല്ലിയുമുണ്ട്.

തറവാട്ടു പറമ്പിലെ വലിയൊരു ഭാഗം പടർന്നുപന്തലിച്ച് കൈയ്യടക്കിയതും ആകാശത്തോളം വളർന്നതും കുട്ടിമാവാണ്. എന്നാൽ പ്രായത്തിൽ മുമ്പൻ വരിക്കപ്ലാവാണ്.

തറവാട്ടു ഭൂമി ഭാഗം വെച്ചപ്പോൾ മരങ്ങൾ ഏറെയൊന്നും മുറിച്ചുകളഞ്ഞില്ല. ഉച്ചിയിലേക്ക് ഉയർന്നുനിൽക്കുന്ന മാമരങ്ങളും മരത്തടികളെ പുളകം കൊള്ളിച്ചു പടർന്നുകയറുന്ന കുരുമുളക് വള്ളികളും പച്ചത്തുരുത്തുകൾക്കിടയിൽ കൂടൊരുക്കുന്ന പറവകളും അണ്ണാനും വവ്വാലും മാത്രമല്ല മരത്തടിയിലും തണലിലും കഴിയുന്ന പല്ലിയും ചിലന്തിയും ഓന്തും അരണയും ഉറുമ്പും ചേരുമ്പോഴാണ് തറവാട്ടംഗങ്ങൾ പൂർണമാകുന്നത്.

മേടത്തിലെ പുതുമഴയോളമുണ്ടാകും കുട്ടിമാവിന്റെ ജില്ലകളിലും വ

രിക്കപ്ലാവിന്റെ ശാഖകളിലും തേനൂറും കനികൾ. ചിലപ്പോൾ ഇടമുറി യാത്ത ഇടവമഴയോളം കാണും അവശേഷിപ്പ്.

'അന്നമായും നീരായും മരുന്നായും മീനത്തിലെ ആവിമഴയിൽ പ ലർക്കും ആശ്വാസമായത് ഞങ്ങളായിരുന്നില്ലേ...' തിമിർത്ത് പെയ്യുന്ന മഴയിൽ തണുത്ത് വിറങ്ങലിച്ച വരിക്കപ്ലാവ് വിതുമ്പി.

'കരയാതെ എന്റെ വരിക്കപ്ലാവേ...'

മഴക്കരങ്ങൾക്കിടയിലൂടെ ആഞ്ഞുവീശിയ കാറ്റിനൊപ്പം കുട്ടി മാ വിന്റെ നേർത്ത ചില്ലകൾ വരിക്കപ്ലാവിന്റെ പരന്ന ഇലകളിൽ മെല്ലെ ത ലോടി.

'എങ്ങനെ കരയാതിരിക്കും?വിഷുവത്തിലെ കണിക്കു കരുത്തുപ കരാൻ ഒരു ഫലമെങ്കിലും കൊടുക്കുവാൻ കഴിയാതെ പോയല്ലോ എ നിക്ക്.'

'എനിക്കും...'

'അറിയാം... എനിക്ക് തോന്നുന്നില്ല എന്റെ കുട്ടിമാവേ ഇനി പൂക്കാ നും കായ്ക്കാനും കഴിയുമെന്ന്.'

'എന്റെ പല്ലവപുടങ്ങളിൽ ഉണ്ണികൾ വിരിയുമ്പോൾ താഴെ തണലിൽ കൂട്ടംകൂടി കളിക്കുന്ന കുട്ടികൾ. ചില്ലകളിൽ ചാടി തിമിർക്കുന്ന അണ്ണാ രക്കണ്ണന്മാർ... അവരുടെ ആഹ്ലാദം. അതെനിക്ക് എന്നും അഭിനിവേശ മായിരുന്നു.' കാണാറുണ്ട് ഞാൻ. നിന്റെ ചില്ലകളിലേക്കു നോക്കി പാട്ടു പാടി രസിക്കുന്ന കുട്ടികളെ ... '

'അണ്ണാറക്കണ്ണാ തൊണ്ണൂറു വാലാ മാങ്ങാത്തോല് കടം തരുമോ... പാട്ടു കേൾക്കാനും കൊതിയാവുന്നു എനിക്ക്.'

വരിക്ക പ്ലാവും കുട്ടി മാവും പരിഭവങ്ങൾ പലതും പങ്കുവെച്ചു. പറ മ്പിലെ മരങ്ങളിൽ പലരും സങ്കടങ്ങളെല്ലാം ഉള്ളിലൊതുക്കി മഴയിൽ മൗനം ഭജിച്ചു.

മുരിക്കിൻ ചുണ്ടുകൾ ചുവന്നില്ല. ഞാവലിന്റെ പച്ചപ്പന്തലിലെ മാന്ത്രി കച്ചെപ്പിൽ നീലാകാശം വിരുന്നു വന്നില്ല. പാലമരത്തിലെ യക്ഷി ചുരു ളമുടിയിൽ പൂച്ചൂടിയില്ല. പോർക്കളത്തിലെ നിരായുധരായ പോരാളിക ളുടെ കഴുത്തറുത്തിട്ടതുപോലെ മുരിങ്ങമരച്ചോട്ടിൽ ജീവനറ്റ പൂക്കൾ.

കാലം തെറ്റിയ പെയ്ത്തിൽ പലരും മരവിച്ചു പോയി. ആയില്യ വള പ്പിൽ നിന്നും അവസാനമായി മുറിച്ചത് പറമ്പിലെ വടക്കേ മൂലയിലെ മുത്തശ്ശിമാവായിരുന്നു. തറവാട്ടു കാരണവർ കേശവൻ ആചാരിയുടെ ചിതയൊരുക്കിയത് മുത്തശ്ശിമാവിനെ വെട്ടിനുറുക്കിയ കൊള്ളികൾ കൊ ണ്ടായിരുന്നു. അഞ്ചോ ആറോ നാട്ടുമാവുകളുണ്ട് ആയില്യവളപ്പിൽ.

വരിക്കപ്ലാവിന് ഏറെ ഇഷ്ടം കുട്ടിമാവിനേയാണ്. പറമ്പിന്റെ തെക്കേ ദിക്കിൽ പടർന്നു പന്തലിച്ചു നിൽക്കുന്ന രണ്ടുപേർ. വരിക്കപ്ലാവും കുട്ടിമാവും.

മീനത്തിലെ പൂരോത്സവനാളുകളിൽ വരിക്കപ്ലാവിനോടു ചേർത്തു വെക്കുന്ന ഓലക്കീറ്റിലാണ് തറവാട്ടിലെ പൂക്കുഞ്ഞുങ്ങൾ പൂവിടുന്നത്. നന്നായി വെള്ളം ചേർത്ത് കുഴച്ചെടുത്ത ചുവന്നമണ്ണ് കൊണ്ടും ചാണകം കൊണ്ടും തീർക്കുന്ന കാമന്റെ രൂപങ്ങൾ ഓലക്കീറ്റിൽ പൂക്കളോടു ചേർത്തുവെക്കും. പൂക്കൾക്കും കാമദേവനും കുടിനീരു നൽകുന്നത് കുട്ടിമാവിന്റെ ഇലകൾ കൊണ്ടാണത്രേ. പൂക്കൾക്ക് വെള്ളം നൽകി കാമദേവനെ വരവേൽക്കാൻ പൂക്കുഞ്ഞുങ്ങൾ കൂവുമ്പോൾ മേലേത്തലപ്പിൽ ഇരു മരങ്ങളുടെയും തളിരിലകൾ ഇളം കാറ്റിനോടൊപ്പം പരസ്പരം തൊട്ടുരുമ്മും.

'ന്റെ കുട്ടിമാവേ എത്രയോ വരൾച്ച കണ്ടിട്ടുണ്ട് ഞാൻ ... പേമാരി കണ്ടിട്ടുണ്ട്. പക്ഷേ ഇങ്ങനെയൊരു കെട്ടകാലം ജീവിതത്തിൽ ഇന്നേവരെ കണ്ടിട്ടില്ല.'

'നേരാണ്... മഴയൊഴിഞ്ഞ നാളുകൾ കണ്ടിട്ട് മാസങ്ങൾ പലതായി.'

'ആകാശം മുട്ടി നിൽക്കുന്ന മാമരം അല്ലേ നീ...'

'അതിന്?'

'തലയുയർത്തി നോക്ക് ചുറ്റും. ഈ മണ്ണിനും വിണ്ണിനും എന്തോ സംഭവിക്കുന്നുണ്ട്. തല ഉയർത്തി നോക്കിയാൽ നിനക്കത് കാണാൻ പറ്റും.'

വരിക്കപ്ലാവിന്റെ വാക്കുകൾക്ക് മുമ്പിൽ കുട്ടിമാവ് ഉച്ചിയിലേക്ക് തലയുയർത്തി. ദൂരെ പടിഞ്ഞാറൻ ചക്രവാളത്തിൽ കടലു കണ്ടു. ആർത്തിരമ്പുന്ന തിരമാലകൾകണ്ടു.

ആകാശത്തോളം ഉയരുന്ന കടലലകൾ കണ്ടു. കാറ്റിന്റെ കൈപിടിച്ച് ആകാശത്തിലൂടെ കിഴക്കോട്ടൊഴുകുന്ന നീലക്കടൽ.

ആകാശത്തോളം ഉയരുന്ന കടലാരവം.

കടലും കാറ്റും ചേർന്ന് പൊടുന്നനെ വന്ന ഒഴുക്കിൽ കുട്ടിമാവ് ആടിയുലഞ്ഞു. വരിക്കപ്ലാവിന്റെ പഴുത്ത ഇലകൾക്കൊപ്പം തളിരിലകളും പറന്നകന്നു. മുരിങ്ങയുടെ കമ്പുകൾ അടർന്നുവീണു. പാലമരം പിളർന്നു വീണു. പ്രളയമഴയുടെ പെയ്ത്തിൽ പിടിച്ചുനിൽക്കുവാൻ കഴിയാതെ ഞാവൽ പ്ലാവിന്റെ കരങ്ങളിലേക്ക് തലചായ്ച്ച് വച്ചു.

മലയാളം മുടിയുന്ന മകരമഴ. മദമിളകിയ കരിം കൊമ്പനെപ്പോലെ മകരമഴ തിമിർത്തു പെയ്തു.

ഒരു ഉണ്ണിയെ പ്രസവിക്കാനുള്ള വെമ്പൽ ഉള്ളിലൊതുക്കി വരിക്കപ്ലാവ് മഴനനഞ്ഞു.

കുട്ടിമാവും മഴ നനഞ്ഞു. ആകാശത്തിൽ നിറയെ മഴ.

മണ്ണിലും നിറയെ മഴ.

'കാലത്തിനൊത്ത് മഴപെയ്യുന്ന ഒരു കാലം വരും.

മാനം കുളിരണിയും. കുളിരു കോരി മനം കുളിർത്ത് നമ്മൾ തളിർക്കും...

പൂക്കും....

കായ്ക്കും. കാലത്തിനൊത്ത് മഴ പെയ്യുന്ന കാലം വരാതിരിക്കില്ല.'

തന്റെ കരങ്ങളിലേക്ക് തലചായ്ച്ചു തളർന്നുവീണ ഞാവലിനെ മാറോടു ചേർത്തുപിടിച്ച് ആരോടെന്നില്ലാതെ വരിക്കപ്ലാവ് പലതും പറഞ്ഞുകൊണ്ടേയിരുന്നു.

ചുമടുതാങ്ങി

'അജു ഇന്ന് എന്തെങ്കിലും പ്രോഗ്രാം ഉണ്ടോ പ്രത്യേകിച്ച്?'

ചുവപ്പിൽ വെളുത്ത വരെയുള്ള തുണി വിരിച്ച ചാരുകസേരയിലിരുന്നു പത്രം വായിക്കുന്നതിനിടയിലാണ് കീർത്തിയുടെ ചോദ്യം. പതിവു കാപ്പിയുമായി വരാന്തയിലെ ചാരുകസേരയ്ക്കരികിലെത്തിയ കീർത്തിയുടെ ചോദ്യം പതിവില്ലാത്തതാണ്. അവളുടെ ചോദ്യത്തിന്റെ പൊരുൾ അറിയാത്തതിനാൽ കൂടുതലായി ഒന്നും പറയുവാൻ എനിക്ക് കഴിഞ്ഞില്ല.

'ങും? '

മറുവാക്ക് ഒരു മൂളലിൽ ഒതുങ്ങി.

'ങ്ങടെ അമ്മയെ പോയി ഒന്നു കണ്ടാലെന്താ?' എനിക്കു നേരെ നീട്ടിയ കാപ്പി ഇടതു കയ്യിലേക്ക് വാങ്ങുന്നതിനിടയിൽ ആയിരുന്നു, ഓർക്കാപ്പുറത്തെന്നോണം അവളുടെ അടുത്ത ചോദ്യം. എന്റെ ചുണ്ടുകൾ അറിയാതെ ഒന്ന് വികസിച്ചു. ഒറ്റ ശ്വാസം നാഭിയോളം ഉൾവലിഞ്ഞു.

ചുവന്ന പൂക്കളുള്ള വെളുത്ത കപ്പിലെ കാപ്പി ഒന്നു തുളുമ്പി.ഏതാനും തുള്ളികൾ താഴോട്ട് പതിച്ചു. ചൂണ്ടുവിരലിന്നരികിലൂടെ താഴോട്ടു പതിച്ച തുള്ളികളിൽ ഒന്ന് അല്പം നീങ്ങിയ മുണ്ടിനിടയിലൂടെ വലതു തുടയിൽ ചെന്നു വീണു.പാൽ ഒഴിക്കാത്ത കാപ്പിയുടെ ചൂട് ആ നിമിഷം മൂർധാവോളം എത്തി. അത് ചൂടാണോ അതോ ഏതോ വികാരമാണോ എന്ന് തിരിച്ചറിയാൻ കഴിഞ്ഞില്ല എനിക്ക്.

അറിയാതെ എന്റെ കണ്ണുകൾ അവളുടെ കണ്ണോട് ചേർന്നു. അപ്പോൾ അവളുടെ മിഴികളും ഒരായിരം സൂര്യനെപ്പോലെ കത്തി ജ്വലിക്കുകയായിരുന്നു. ആ കണ്ണുകളുടെ ജ്വലനം സായംസന്ധ്യയിലെ ആരെയും സുഖിപ്പിക്കുന്ന സൂര്യകിരണങ്ങളാണോ അതോ കോടമഞ്ഞിനെ വലിച്ചു നീക്കുന്ന പ്രഭാത സൂര്യന്റെ കരുത്തിന്റെ പ്രതിരൂപമാണോ അല്ല എല്ലാം ചുട്ടെരിക്കുന്ന മധ്യാഹ്ന സൂര്യന്റെ തപമാണോ?

അപ്രതീക്ഷിതമായി വന്ന അവളുടെ ചോദ്യത്തിന് മുൻപിൽ എന്റെ നാഡി ഞരമ്പുകൾ വലിഞ്ഞു മുറുകി.

ബെഡ്റൂമിലെ ജനലിനു മുകളിൽ വെച്ച ടൈംപീസിലെ സൂചി കു

ഞ്ഞുമോൻ കറക്കുന്നത് പോലെ വർഷങ്ങൾ എന്നിൽനിന്നും അതിവേഗത്തിൽ പിന്നോട്ടൊന്നു ചലിച്ചു.

അന്ന് ഞാൻ എട്ടാം തരത്തിൽ ആയിരുന്നു. സ്കൂൾ വിട്ട് വീട്ടിലേക്ക് ഒരു ഓട്ടമാണ്. സ്കൂൾ വിട്ടു വരുമ്പോഴേക്കും കഴിക്കാനായി അമ്മ എന്തെങ്കിലും ഒരുക്കിവെക്കും. ചിലപ്പോൾ രാവിലത്തെ പലഹാരത്തിന്റെ ബാക്കിയാകും. മറ്റു ചിലപ്പോൾ ഉച്ചയ്ക്കത്തെ ചോറായിരിക്കും. എന്തായാലും അമ്മ ഒരുക്കി വെക്കുന്ന സായാഹ്ന ഭക്ഷണത്തിന് രുചി ഏറെയാണ്. ഭക്ഷണം കഴിച്ചാൽ വീണ്ടും ഒരു ഓട്ടമാണ്. കാളീശ്വരം അമ്പലത്തിനടുത്ത പറമ്പിലേക്ക്. അവിടുത്തെ കാൽപന്തുകളി ഞങ്ങൾക്ക് ഒരു ആവേശമാണ്.

പുസ്തകങ്ങളെല്ലാം മേശപ്പുറത്ത് അടുക്കിവെച്ച് അടുക്കളയിലെത്തി. അവിടെ അമ്മയെ കാണുന്നില്ല. അടുക്കളയോട് ചേർന്ന ചായ്പ്പിൽ നിന്നും അമ്മയുടെ മണിക്കുട്ടി കരയുകയാണ്. ഇനി അവിടെ കാണുമോ?

'അമ്മേ...'

കളിക്കുവാനുള്ള ധൃതിയിൽ അമ്മയെ നീട്ടിവിളിച്ചു. എന്റെ വിളി കേട്ടോ എന്തോ..... ചായ്പ്പിൽ നിന്നും മണിക്കുട്ടിയും നിർത്താതെ കരഞ്ഞു. വീട്ടിലെ ആടാണ് മണിക്കുട്ടി. വലുതും ചെറുതുമായി പന്ത്രണ്ടോളം ആടുകളുണ്ട് വീട്ടിൽ. അതിലെ മുത്തശ്ശിയാണ് നീണ്ട ചെവിയുള്ള ,വെള്ളയിൽ കറുത്ത പുള്ളികളുള്ള മണിക്കുട്ടി. മറ്റു ആടുകളേക്കാൾ വീട്ടിൽ സ്വാതന്ത്ര്യമുണ്ട് മണിക്കുട്ടിക്ക്.

പാത്തുമ്മയുടെ ആടിനെ പോലെ എവിടെയും കയറാൻ അവൾക്കേ അനുവാദമുള്ളൂ. അടുക്കളയിൽ വരെ കയറും. കണ്ണുതെറ്റിയാൽ കഞ്ഞിക്കലത്തിന്റെ അടപ്പ് തള്ളിയിട്ടു ചോറും കലത്തിൽ കഴുത്തു താഴ്ത്തി വാരിവലിച്ചു തിന്നും. എന്നാലും അമ്മ അവളെ ഒന്നും പറയില്ല. അമ്മയ്ക്ക് മണിക്കുട്ടി സ്വന്തം മോളെ പോലെയാണ്.

'ചായ്പ്പിലൊന്നും അമ്മയെ കാണുന്നില്ലല്ലോ!' അടുക്കളയിലേക്ക് തന്നെ തിരിച്ചു. ഭക്ഷണം എടുത്തു വെച്ച് അമ്മ നട്ടിക്കണ്ടത്തിലേക്ക് പോയി കാണുമോ വെള്ളമൊഴിക്കാൻ. അടുക്കളയിലെ പാത്രങ്ങളിൽ പലഹാരം തിരയുന്നതിനിടയിലാണ്, അടുക്കളയോട് ചേർന്ന കുഞ്ഞു മുറിയിൽ നിലത്തു വിരിച്ച പായയിൽ നിന്നും അമ്മയുടെ കരച്ചിൽ കേട്ടത്.

'എന്താ എന്തുപറ്റി അമ്മേ'

എന്റെ മുഖത്തേക്ക് തുറിച്ചു നോക്കുന്ന അമ്മയുടെ ഇരു മിഴികളും നിർത്താതെ പെയ്യുകയാണ്.

അമ്മ കരയുന്നത് ഇതിനുമുമ്പ് ഒരിക്കൽ മാത്രമേ ഞാൻ കണ്ടിട്ടു

ള്ളൂ.അന്ന് ഉച്ചയൂണു കഴിഞ്ഞ് ചായ്പ്പിനോട് ചേർന്ന പ്ലാവിൻ തണലിൽ ഉച്ച മയക്കത്തിലായിരുന്നു അമ്മ. ട്രൗസറിലെ വള്ളി വലതു ചുമലിലേക്ക് വലിച്ചുകയറ്റി അമ്മേയോടൊപ്പം ചേർന്നു കിടന്നു.

'അമ്മേ ആരാ എന്റെ അച്ഛൻ'

എടുത്തടിച്ചതുപോലെയുള്ള എന്റെ ചോദ്യത്തിനുമുന്നിൽ അമ്മ ഒന്നും പറഞ്ഞില്ല. വലതുകൈകൊണ്ട് അമ്മ എന്നെ ചേർത്തുപിടിച്ചു. അമ്മയുടെ ഹൃദയമിടിപ്പിന്റെ വേഗത അന്ന് ഞാൻ അറിഞ്ഞു. 'മരിച്ചു, നിന്റെ അച്ഛൻ അന്നേ മരിച്ചു.'

അല്പ നേരത്തെ മൗനത്തിനു ശേഷം അമ്മയുടെ ചുണ്ടുകളിൽ നിന്നും ഉതിർന്നുവീണ വാക്കുകൾക്കൊപ്പം അമ്മ കരഞ്ഞു.

പിന്നീട് ഒരിക്കലും അച്ഛനെക്കുറിച്ച് ഞാൻ ചോദിച്ചിട്ടില്ല. അച്ഛൻ ആരാണെന്നും എവിടെയാണെന്നും അറിയുവാൻ ആഗ്രഹം ഉണ്ടായിരുന്നു. എങ്കിലും പിന്നീട് അതിനു മുതിർന്നിട്ടില്ല. അടുക്കളയോട് ചേർന്ന കുഞ്ഞു മുറിയിൽനിന്നും അമ്മ കരയുകയാണ്. മേൽചുണ്ട് കീഴ്ത്താടിയിലെ പല്ലുകളാൽ കടിച്ചു പിടിച്ച് വിതുമ്പി കരയുകയാണ് .

'അമ്മേ... അമ്മയെന്തിനാ കരയുന്നേ...?'

എന്റെ ചോദ്യത്തിന്നും മീതേ ചായ്പ്പിൽനിന്നും മണിക്കുട്ടിയുടെ ദീനരോദനം ഉയർന്നു. ഒരു മനുഷ്യ കുഞ്ഞിന്റെ നിലവിളി പോലെ. അമ്മയോട് രണ്ടാമതൊന്നും ചോദിക്കാൻ കഴിഞ്ഞില്ല എനിക്ക്.

ചായ്പ്പിൽ അമ്മ വിരിച്ച ചാക്കിൽ കിടന്നു വയ്യാതെ കണ്ണടച്ചു കരയുന്ന മണിക്കുട്ടി. മൂന്നോ നാലോ ദിവസങ്ങളായി ഞാനിവളെ കണ്ടിട്ട്. ഇവൾ ഇത്രയും അവശയായി എന്ന് ഞാൻ അറിഞ്ഞതേയില്ല. പിന്നെ ഒന്നും ചിന്തിച്ചില്ല. ഒരോട്ടമാണ്, ഇമ്പായ്ക്കാന്റെ വീട്ടിലേക്ക്.

തൃക്കരിപ്പൂര് റെയിൽവേ ഗേറ്റും കടന്ന് കഞ്ചിയിൽ തോട്ടിന്റെ കരയിലൂടെ. കൊയ്ത്തുകഴിഞ്ഞ പാടവരമ്പിലൂടെ ഒരോട്ടം. മനസ്സുനിറയെ മണിക്കുട്ടിയുടെ നിലവിളിയായിരുന്നു. പാടത്തു മേയുന്ന ഏതോ ഒരു പുള്ളിപ്പശു എന്റെ ഓട്ടം കണ്ടിട്ടോ എന്തോ നാലു കാലുകളും മേൽപ്പോട്ടുയർത്തി തളച്ചിട്ട കുറ്റിക്കു ചുറ്റും ഓടിക്കൊണ്ടേയിരുന്നു. ദൂരെ അന്നം തേടുന്ന ഒരു കൂട്ടം വെള്ള കൊക്കുകൾ അകലങ്ങളിലേക്ക് പറന്നകന്നു. കുനിഞ്ഞിരുന്ന് പുല്ലു പറിക്കുന്ന പെണ്ണുങ്ങൾ നിവർന്നുനിന്ന് അത്ഭുതത്തോടെ എന്നെ നോക്കുന്നുണ്ടായിരുന്നു. ഒന്നും ശ്രദ്ധിക്കുവാൻ എനിക്ക് കഴിഞ്ഞില്ല. അമ്മയുടെ വിതുമ്പലുകൾ മണിക്കുട്ടിയുടെ നിലവിളിയായി കാതിൽ മുഴങ്ങിക്കൊണ്ടേയിരുന്നു. ഇത്രയും ദൂരം ഇത്രയും വേഗത്തിൽ ഓടിയത് ജീവിതത്തിൽ ആദ്യമായിരുന്നു.

'ഇമ്പായ്ക്ക മ്മടെ ആടിന്...'

പാതിമുറിഞ്ഞ വാക്കുകൾക്കും മീതേ ഉയർന്ന ശ്വാസോച്ഛ്വാസം കാരണം ഒന്നും പറയുവാൻ എനിക്കു കഴിഞ്ഞില്ല.

കേട്ടപാതി കേൾക്കാത്ത പാതി ഇമ്പായ്ക്ക വണ്ടിയിൽ കയറി. എനിക്കു നേരെ നീട്ടിയ ബാഗ് വാങ്ങി ഞാനും കയറി.ആദ്യമായിട്ടാണ് സ്കൂട്ടറിൽ കയറുന്നത്. ഒരു കൈകൊണ്ട് ബാഗും മറുകൈ കൊണ്ട് ഇമ്പായ്ക്കാന്റെ ഷർട്ടും മുറുകെപിടിച്ചു. വീട്ടിലേക്കുള്ള യാത്രയ്ക്കിടയിൽ ഇമ്പായ്ക്ക എന്തൊക്കെയോ ചോദിക്കുന്നുണ്ടായിരുന്നു. ഒന്നും വ്യക്തമായില്ലെങ്കിലും ഞാൻ മൂളിക്കൊണ്ടേയിരുന്നു. ഔരസാശയത്തേയും ഉദരാശയത്തേയും വേർതിരിക്കുന്ന ഡയഫ്രം അപ്പോഴും ശക്തമായി സങ്കോചിക്കുകയും വികസിക്കുകയും ചെയ്യുന്നുണ്ടായിരുന്നു.

വണ്ടി നിർത്തുമ്പോഴേക്കും ഇമ്പായ്ക്കാനെ കണ്ട പുള്ളിപ്പശു ഉറക്കെ കരഞ്ഞു. അവൾക്ക് ഇമ്പായ്ക്കാനെ വേഗം മനസ്സിലാകും. അവൾക്കു മാത്രമല്ല മണിക്കുട്ടിക്കും വീട്ടിലെ എരുമയ്ക്കും അറിയും ഇമ്പായ്ക്കാനെ. ഇമ്പായ്ക്കാനെ കണ്ടാൽ എരുമ കഴുത്തുയർത്തി ഒരു നോട്ടമുണ്ട്.... എന്നിട്ട് ചെവിക്കുട അനക്കി ഒന്നു മുരളും. വളഞ്ഞ കൊമ്പ് പിടിച്ചു കീഴ്ത്താടിയിൽ ഇക്ക ഒന്ന് തടവുമ്പോൾ അവൾക്കൊരു ആശ്വാസമാണ്. ഇമ്പായ്ക്ക അവളോട് എന്തൊക്കെയോ പറയും. അവൾ ഇക്കാനോടും പറയും. അവളുടെ ഭാഷ ഇന്നേവരെ എനിക്ക് മനസ്സിലായിട്ടില്ല. വീട്ടിലെ പശുക്കൾക്കും ആടിനും എരുമക്കും ഒക്കെ എങ്ങനെ ഇമ്പായ്ക്കാനെ അറിയാതിരിക്കും?

ഒന്നു കുത്തി വെക്കണമെങ്കിൽ ഇക്ക വരണം. ഒരിക്കൽ പുള്ളിപ്പശുവിന്റെ അകിട് കുന്നോളം വലുപ്പത്തിൽ   വീങ്ങിയപ്പോഴും ഇക്കയാണ് വന്നത്.

തീറ്റ എടുക്കുന്നില്ലെങ്കിലും പ്രസവം എടുക്കണമെങ്കിലും ഇക്ക തന്നെ വേണം.

ചായ്പ്പിന്നകത്ത് വിരിച്ച ചാക്കിൽ കിടക്കുന്ന ആടിന്നരികിൽ ഇമ്പായ്ക്ക ഇരുന്നു.അവളുടെ തലയിൽ മെല്ലെ തലോടി. കൊമ്പ് പൊട്ടിയ ഭാഗത്തെ കുഴിയിലേക്ക് ടോർച്ചു വെളിച്ചത്തിൽ ഇമ്പായ്ക്ക തുറിച്ചുനോക്കി.

'മോനേ ഒരു കപ്പിൽ കുറച്ചു വെള്ളം എടുക്കു....'

പറഞ്ഞു തീരും മുമ്പേ വെള്ളവുമായി ഞാനെത്തി.ബാഗ് തുറന്നു മഞ്ഞ നിറത്തിലുള്ള ഒരു ദ്രാവകം കപ്പിലേക്കൊഴിച്ചു. കപ്പിലെ വെള്ളം ചുണ്ണാമ്പ് വെള്ളം പോലെ വെളുത്തു പതഞ്ഞു പൊങ്ങി. അത് ഏതു മ

രുന്നാണെന്ന് അന്ന് എനിക്ക് അറിയില്ലായിരുന്നു. കപ്പിലെ വെളുത്ത മരുന്ന് മണിക്കുട്ടിയുടെ കൊമ്പു പൊട്ടിയ ഭാഗത്തെ വ്രണത്തിലേക്ക് മെല്ലെ ഒഴിച്ചു. അൽപനേരം കഴിഞ്ഞപ്പോഴേക്കും മഞ്ഞയും വെളുപ്പും കലർന്ന ദ്രാവകത്തോടൊപ്പം നൂലുപോലെ മെലിഞ്ഞ വെളുത്ത പുഴുക്കൾ പുറത്തേക്ക് ചാടി. കുറച്ചുകൂടി മരുന്നൊഴിച്ചു. ഫോർസെപ്സ് എടുത്തു കുറേ പുഴുക്കളെ ഇറുക്കി എടുത്തു .ഒടുവിൽ ഗ്ലൗസ് ഇട്ട വലതു കയ്യിലെ ചൂണ്ടു വിരൽ കൊണ്ട് വ്രണത്തിനകത്ത് നന്നായി തുടച്ചു. മറ്റേതോ മരുന്ന് വെച്ച് കെട്ടി.

മണിക്കുട്ടി മെല്ലെ കണ്ണു തുറന്നു.

'സാരല്യ വേഗം ശരിയാകും.'

ഇമ്പായ്ക്ക ആരോടാണ് പറഞ്ഞതെന്ന് എനിക്ക് മനസ്സിലായില്ല. എന്നോടാണോ അതോ മണിക്കുട്ടിയോടോ... ആരോടായാലും ഇക്കായുടെ വാക്കുകൾ കേട്ടിട്ടോ എന്തോ മണിക്കുട്ടി ഒന്ന് കരഞ്ഞു. ആ കരച്ചലിൽ ഒരാശ്വാസം ഉണ്ടായിരുന്നു.

ഇടതുകൈ കൊണ്ട് വലതു ചുമലിലും വലതു കൈകൊണ്ട് ഇടതു ചുമലിലും മുറുകെ പിടിച്ചുകൊണ്ട് ചായ്പ്പിന് വെളിയിൽ അപ്പോഴും അമ്മ നിൽക്കുന്നുണ്ടായിരുന്നു.

കൈകളിലെ ഗ്ലൗസ് ഊരിക്കളഞ്ഞു സോപ്പിട്ട് കൈ കഴുകി ഇമ്പായ്ക്ക വണ്ടിയിൽ കയറുമ്പോൾ തൊഴുത്തിൽ നിന്നും പുള്ളിപ്പശു വീണ്ടും കരഞ്ഞു.

മടിക്കുത്തിൽ തിരുകി വെച്ച നോട്ടുകൾ എടുത്ത് അമ്മ ഇമ്പായ്ക്കാക്കു നേരെ നീട്ടി.

'ഇപ്പോൾ അത് അവിടെ വെക്ക്, അവൾക്ക് നല്ലോണം തിന്നാൻ കൊടുക്കണം.'

'അജു...'

ഓർമ്മകളുടെ ഓരം ചേർന്ന് അമ്മയോടൊപ്പം യാത്ര ചെയ്യുമ്പോഴാണ് അടുക്കളയിൽ നിന്നും കീർത്തിയുടെ വിളി.

'ങും...'

' ഇനിയും പത്രം വായിച്ച് കഴിഞ്ഞില്ലേ അജു ?'

അജു എന്നാണ് അവൾ എന്നെ വിളിക്കുന്നത്. എന്നെക്കാൾ രണ്ടു വയസ്സ് കൂടുതലായതിനാലാണോ അതോ സ്നേഹാധിക്യം കാരണം അർജ്ജുൻ എന്ന പേര് ലോപിച്ചതാണോ എന്താണെന്ന് എനിക്കറിയില്ല. ഞാൻ അത് അവളോട് ചോദിച്ചിട്ടുമില്ല.

കോവിഡാനന്തര കാലം തുടങ്ങിയതിൽ പിന്നെ എന്നെക്കാൾ അമ്മ

യെക്കുറിച്ച് പറയുന്നതും ഓർക്കുന്നതും കീർത്തിയാണ്. പറയാൻ തുടങ്ങിയ ആദ്യ നാളുകളിൽ എനിക്ക് വിശ്വസിക്കാൻ കഴിഞ്ഞില്ല.

എന്നെ മാത്രമല്ല അമ്മയുടെ ഇളയ മൂന്നു സഹോദരിമാരേയും പഠിപ്പിച്ചതും വളർത്തിയതും അമ്മയാണത്രേ. അച്ഛാച്ഛൻ മരിച്ച് ഏറെനാൾ കഴിയുംമുമ്പേ അമ്മമ്മയും മരിച്ചു. അന്ന് ഞാൻ ജനിച്ചിരുന്നില്ല. അമ്മമ്മയുടെ കാലശേഷം കൃഷിയും വീട്ടു ഭരണവും അമ്മയുടെ ചുമലിലായി.

പശുവും എരുമയും ആടും കോഴിയും താറാവും ഞാനും ചേർന്നതായിരുന്നു അമ്മയുടെ കുടുംബം.

ഓരോ ദിവസവും പുലരുന്നതിന്നും മുൻപേ തുടങ്ങുന്ന അമ്മയുടെ ജോലി എപ്പോഴാണ് തീരുന്നത് എന്ന് എനിക്കറിയില്ല. ഞാൻ ഉണരുന്നതിനുമുമ്പേ ജോലി തുടങ്ങും. ഞാൻ ഉറങ്ങിയാലും അത് തുടരും.

ഞാൻ പഠിച്ചതും വളർന്നതും അമ്മയുടെ വിശ്രമമില്ലാത്ത ഈ കരുത്തിൽ നിന്നാണ്. ഞാൻ മാത്രമല്ല ഇളയമ്മമാർ മൂവരും ഇന്നും കുടുംബമായി ജീവിക്കുന്നതിനു പിന്നിലും അമ്മയുടെ കരുത്തിന്റ തണൽ ഉണ്ട്.

'അജു എത്രനാളായി ഞാൻ പറയുന്നു, ഒന്നു പോയി അമ്മയെ കാണാൻ.'

ചാരുകസേരയ്ക്കരികിൽ കറുത്ത ഗ്രാനൈറ്റ് പാകിയ വീതിയേറിയ സീറ്റിലിരുന്നായിരുന്നു അവളുടെ അടുത്ത ചോദ്യം. എനിക്ക് മറുപടി ഉണ്ടായിരുന്നില്ല. എന്താണ് ഞാൻ പറയേണ്ടത്? എനിക്കറിയില്ല. ഇമവെട്ടാതെ അല്പനേരം ഞാൻ അവളുടെ മുഖത്തേക്ക് നോക്കിയിരുന്നു. ആ നോട്ടത്തിൽ നിന്നും അമ്മയുടെ ജീവിതം ചിലപ്പോൾ കീർത്തി വായിച്ചിട്ടുണ്ടാവും.

ബി.എസ്.സി. നേഴ്സിങ്ങിനു ചേരുവാൻ പരിയാരം മെഡിക്കൽ കോളേജിൽ എത്തിയപ്പോഴായിരുന്നു കീർത്തിയെ ഞാനാദ്യം കണ്ടത്. കോളേജിൽ ഞാനാദ്യം പരിചയപ്പെട്ടതും അവളെ ആയിരുന്നു. ആ സൗഹൃദം ആഴമേറിയ ബന്ധങ്ങളിലേക്ക് വഴുതിവീണപ്പോൾ അമ്മയ്ക്കും എതിർവാക്കുകൾ പറയുവാൻ കഴിഞ്ഞില്ല. കോളേജ് ലൈഫിലെ സൗഹൃദത്തിനും ബന്ധത്തിനും വർത്തമാനത്തിനുമപ്പുറമാണ് ജീവിതം എന്ന് തിരിച്ചറിയുവാൻ ഏറെ കാലം വേണ്ടി വന്നില്ല.

അടുക്കള വരെ കയറി വരുന്ന മണിക്കുട്ടിയായിരുന്നു കീർത്തിയുടെ ആദ്യ പ്രശ്നം.

'ഇതെന്താ ബഷീറിന്റെ വീടാണോ.'

അവളുടെ ആദ്യ ചോദ്യം എന്നോടായിരുന്നു. പിന്നീടുള്ള ഓരോ ചോദ്യങ്ങളും എനിക്കു നേരെയാണെങ്കിലും അത് തറച്ചത് അമ്മയുടെ ഹൃദയത്തിൽ ആയിരുന്നു. അവളുടെ വാക്കുകൾക്ക് മുമ്പിൽ ആദ്യം വീടു വിട്ടിറങ്ങേണ്ടി വന്നത് മണിക്കുട്ടിക്കായിരുന്നു. അവസാനത്തെ ആടിനെയും വിറ്റ ദിവസം അമ്മ ഉണ്ടില്ല. ഉറങ്ങിയില്ല.

'മോനേ...'

രാവിലെ ഓഫീസിലേക്കിറങ്ങുമ്പോഴായിരുന്നു അമ്മയുടെ വിളി.

'ഇതു വെച്ചോളൂ, ആടിനെ വിറ്റ് കിട്ടിയതാ...'

എനിക്കു നേരെ നീണ്ടുവന്ന കൈകളിൽ ഒരു കെട്ട് നോട്ടുകൾ ഉണ്ടായിരുന്നു. അത് എത്രയുണ്ടെന്ന് ചോദിക്കുവാൻ എനിക്ക് കഴിഞ്ഞില്ല. അമ്മയുടെ കൈവെള്ളയിലെ നോട്ടുകളിൽ മിന്നിമറഞ്ഞത് ഓണപ്പുടവയും വിഷുക്കൈനീട്ടവും മാത്രമായിരുന്നില്ല. യൂണിഫോമും പാഠപുസ്തകങ്ങളും മരുന്നും ഉണ്ടായിരുന്നു.

'കോഴിയെയും കൊടുത്തു. മോൾക്ക് ഇതൊന്നും ഇഷ്ടം ആവുന്നില്ല അല്ലേ...' മറുവാക്കു പറയുവാൻ കഴിയാതെ പടിയിറങ്ങിയ എനിക്ക് മുന്നിലേക്ക് ഉതിർന്നുവീണ അമ്മയുടെ വാക്കുകൾ നിനക്കാതെ വന്ന വേനൽ മഴ പോലെ തിമിർത്തു പെയ്തു.

ജീവിതത്തിന് കരുത്ത് പകർന്ന എന്റെ കുടുംബത്തിലെ ഓരോ അംഗവും കീർത്തിയുടെ വരവോടുകൂടി അകലങ്ങൾ തേടി.

ആടും കോഴിയും പശുവും ഒഴിഞ്ഞ വീട് അമ്മയ്ക്ക് ഏതോ തടവറയിലെ ഏകാന്തതയിൽ കുത്തി നിറക്കുന്ന ഇരുട്ടറയായി മാറി.

'ഇതാ കീ .... ഹോപ്പിൽ ഞാൻ വിളിച്ചു .എല്ലാം ശരിയാക്കിയിട്ടുണ്ട്.'

കീ വാങ്ങി കാറിന്നരികിലേക്ക് നടക്കുമ്പോഴും അവളുടെ ചുണ്ടുകളിൽ നിന്നും മുമ്പെങ്ങോ ഉതിർന്ന വാക്കുകൾ മനസ്സിൽ കൊടുങ്കാറ്റായി വീശിക്കൊണ്ടേയിരുന്നു.

'അജൂ....അഴുക്കുപുരണ്ട ആ വിരലുകൾ കൊണ്ട് മോനെ തൊടുന്നത് എനിക്ക് ഇഷ്ടമല്ല.' 'ചാണകം വാരിയ കൈകൾകൊണ്ട് തൊടേണ്ടതല്ല എന്റെ കുഞ്ഞ്.'

മരവിച്ച മനസ്സുമായാണ് കാറിന്റെ ഡോർ തുറന്നതും സീറ്റിലിരുന്നതും.

'അജു അമ്മയെ പിൻസീറ്റിൽ ഇരുത്തിയാൽ മതി.' ദേശീയ പതാകയുടെ മൂവർണ്ണ നിറമുള്ള ബോർഡറോടുകൂടിയ വെളുത്ത തുണി മാറ്റി പിൻസീറ്റിൽ ഏതോ പഴയ സാരി വിരിച്ചത് അപ്പോഴാണ് ശ്രദ്ധയിൽപ്പെട്ടത്.

രണ്ടാം തരത്തിൽ പഠിക്കുന്ന മകന്റെ ഓൺലൈൻ ക്ലാസ്സ് കണ്ടു രേഖപ്പെടുത്തിവെക്കാനെങ്കിലും അമ്മയെ തിരിച്ചു വിളിക്കുവാൻ കീർത്തിക്കു തോന്നിയല്ലോ.

കൊറോണ എന്ന അദൃശ്യ ജീവിയുണ്ടാക്കിയ മാറ്റം പിലാത്തറ ഹോപ്പിലേക്കുള്ള യാത്രയുടെ വേഗം കൂട്ടി.

അഗതിമന്ദിരത്തിലെക്കുള്ള യാത്രയിൽ ഒരു മരമായി വളരുകയായിരുന്നു ഞാൻ. പേമാരിയേയും വൻ കാറ്റിനെയും തടഞ്ഞുനിർത്തി മണ്ണിൽ പിടിച്ചു നിൽക്കുവാൻ കഴിയും വിധം ഒരായിരം വേരുകൾ മണ്ണിന്റെ ആഴങ്ങളിലേക്ക് പടർന്നു പന്തലിക്കുന്നുണ്ടായിരുന്നു അപ്പോഴും.

മാർക്സും ഏംഗൽസും

"മതമില്ലാത്ത....

ജാതിയില്ലാത്ത ഒരു നാടുണ്ടത്രെ! അങ്ങ് ദൂരെ..."

മുക്കാലിയിൽ ചേർത്തുവെച്ച ബ്ലാക്ക് ബോർഡിന്നരികിലെ മേശക്കുമുന്നിൽ ചേർന്നു നിന്ന് ശ്രീധരൻമാഷ് പറയുമ്പോൾ എനിക്കൊരത്ഭുതമായിരുന്നു.

"അപ്പോ അവിടെ ദൈവോം ല്ലെ മാഷെ"

ചോദ്യം പിന്നിലെ ബെഞ്ചിലിരിക്കുന്ന പ്രമോദിന്റേതായിരുന്നു. കറുത്തവാവു ദിവസത്തെ ത്രിസന്ധ്യയിൽ വെളിച്ചം ഇരുട്ടിലേക്ക് ലയിച്ചു ചേരുന്നതുപോലെ ശ്രീധരൻമാഷുടെ വാക്കുകൾ നിശ്ശബ്ദതയിലേക്ക് ഉൾവലിയുമ്പോഴായിരുന്നു പിന്നിൽ നിന്നും പ്രമോദിന്റെ ചോദ്യം ഉയർന്നത്.

ക്ലോക്കിലെ സെക്കന്റ് സൂചിപോലെ എല്ലാവരുടേയും കഴുത്തുകൾ പിന്നിലേക്കൊന്ന് കറങ്ങി ഒരർദ്ധവൃത്തം വരച്ച് തിരിച്ചുവരുമ്പോഴും ഇമവെട്ടാതെ എന്റെ കണ്ണുകൾ എ.കെ. ശ്രീധരൻ മാഷുടെ കണ്ണുകളിലേക്ക് നീണ്ടുകൊണ്ടേയിരുന്നു. സ്കൂളിലെ 'മദർ' ഒഴികെ മറ്റധ്യാപകരും കുട്ടികളും മാഷെ വിളിക്കുന്നത് എ.കെ. ശ്രീധരൻ മാഷെന്നാണ്. 'എ.കെ. ഇനീഷ്യലാണെന്ന് ഞാൻ തിരിച്ചറിഞ്ഞത് ഏഴാം തരത്തിലെത്തിയപ്പോഴായിരുന്നു.

പ്രമോദിന്റെ ചോദ്യത്തിനു മുന്നിൽ മാഷൊന്ന് ചിരിച്ചു. ഒന്നിനുമീതെ ഒന്നായി ചേർന്നു നിൽക്കുന്ന മുൻവരിയിലെ മൂന്നു പല്ലുകളുടെ നിലാവെളിച്ചത്തിൽ ഞാൻ ദൈവത്തെ കണ്ടു.

'ആ നാട്ടിൽ ജാതിയും മതവും മാത്രമല്ല... പട്ടിണിയും ഇല്ല... വിശപ്പും ദാരിദ്ര്യവും ഇല്ല...'

എ.കെ. ശ്രീധരൻ മാഷുടെ ഭാഷണം എന്നെ ഒന്നുണർത്തി. ആ വാക്കുകൾക്കു മുന്നിൽ അറിയാതെ ഞാനൊന്ന് നിവർന്നിരുന്നു.

'രാവിലെ വേദപാഠം ക്ലാസ്സിൽ കൊച്ചച്ചൻ പറഞ്ഞ സ്വർഗ്ഗമായിരിക്കുമോ ആ നാട്' എന്റെ സങ്കൽപ്പത്തിന്നുമപ്പുറമായിരുന്നു അത്.

'എല്ലാവരും സമന്മാരായ ഒരു നാട്... അവിടെ സ്വത്തും സമ്പത്തും

എല്ലാവർക്കും ഒരുപോലെയാണ്.'

സമത്വസുന്ദരമായ ഏതോ ഒരാശയത്തിന്റെ ഒരു കുഞ്ഞു വിത്തെടുത്ത് നാൽപ്പത്തിമൂന്നു കുഞ്ഞുമനസ്സുകൾ ഉഴുതുമറിച്ച് പാകപ്പെടുത്തി അതിൽ വിതച്ചു. കസേരയിൽ ചെന്നിരുന്നു മാഷ് ഹാജർ വിളിച്ചു.

സതീശൻ

പ്രമോദ്

മുസ്തഫ

ജോൺസൺ

മോളി

വനജ

ഓരോ പേര് ചൊല്ലി വിളിക്കുമ്പോഴും മറുമൊഴി ഒരേ വാക്ക്....

'ഹാജർ'

'ഹാജർ'

മണ്ണിനും വിണ്ണിനും അവകാശികളില്ലാത്ത സമത്വസുന്ദരമായ ഒരു ലോകം മനസ്സിന്റെ ആഴത്തിൽ ആദ്യം വരച്ചു വെച്ചത് എ.കെ. ശ്രീധരൻമാഷായിരുന്നു.

സ്കൂൾ മതിലിന്നു വെളിയിലെ കടലത്തിരിപ്പുകാരൻ കുമാരേട്ടനും 'ഒയലിച്ച' വിൽക്കുന്ന അദ്രിമാനിക്കയും സ്കൂൾ മതിലിലെ തേക്കാത്ത കല്ലിൽ നിന്നും വെളുത്ത ചേടി ചുരണ്ടിയെടുത്തു തിന്നുന്ന അച്ചുവേട്ടനും സ്കൂളിന്നരികിലെ ഡോക്ടർ ഷെട്ടിയും, ഡോക്ടരുടെ വീട്ടിലെ ജനലിന്നരികിൽ വലിച്ചെറിയുന്ന കുഞ്ഞുമരുന്നുകുപ്പികളും ചേർന്നതാണ് അന്ന് ഞങ്ങളുടെ വിദ്യാലയം.

കുമാരേട്ടന്റെ കടലത്തിരിപ്പ് അന്ന് ഞങ്ങൾക്ക് ഒരാവേശമാണ്. ഒന്നു മുതൽ നൂറുവരെ അക്കങ്ങൾ രേഖപ്പെടുത്തിയ വൃത്താകൃതിയിലുള്ള ഒരു പലക. ഓരോ അക്കത്തിനു മുന്നിലും ഓരോ ആണി. ഒരേ അകലത്തിൽ ഒരേ ഉയരത്തിൽ താഴ്ത്തിവെച്ച് ഒരു ചക്രത്തിൽ ഘടിപ്പിച്ച് തിരിക്കുവാൻ പറ്റുന്ന പലകയാണ് കടലത്തിരിപ്പ്. പലകയോടു ചേർന്ന് ആണികളിൽ 'തൊട്ടു തൊട്ടില്ല' എന്ന മട്ടിൽ ഒരു 'ടങ്ങ് ക്ലീനറും' ഘടിപ്പിച്ചിട്ടുണ്ട്. പത്തു പൈസ നൽകിയാൽ കടലത്തിരിപ്പ് ഒരു വട്ടം തിരിക്കാം. തിരിഞ്ഞ് ഒടുവിൽ നിൽക്കുമ്പോൾ ഏതു നമ്പറിനു നേരെയാണോ ടങ്ങ് ക്ലീനർ ഉള്ളത് അത്രയും കടല ലഭിക്കും.

എത്രയോ വർഷങ്ങളായി കുമാരേട്ടനും കടലത്തിരിപ്പും സ്കൂളിന്റെ ഭാഗമായിട്ട്. പക്ഷെ ഇന്നേവരെ ആർക്കും നൂറുകടല നേടാനായിട്ടില്ല. 'കടലത്തിരിപ്പ്' കറങ്ങുവാൻ തുടങ്ങിയാൽ കുമാരേട്ടന്റെ വലതു

കൈയ്യോ വലതു കാൽപ്പാദമോ ഞങ്ങളറിയാതെ കടലത്തിരിപ്പിന്നടിയിലേക്ക് നൂഴ്ന്നിറങ്ങുമത്രെ. പത്തു പൈസാ നാണയത്തുട്ട് നൽകി ശക്തിയായി തിരിച്ച കടലത്തിരിപ്പ് കറങ്ങിക്കറങ്ങി സാവധാനം നിൽക്കാറാകുമ്പോൾ ഞങ്ങളുടെ ഹൃദയമിടിപ്പ് കൂടിക്കൊണ്ടേയിരിക്കും. ഒടുവിൽ ടങ്ങ് ക്ലീനർ തൊണ്ണൂറ്റി ഏഴ്, തൊണ്ണൂറ്റിയെട്ട് കടന്ന് നൂറിൽ നിൽക്കുമെന്ന് തോന്നുമ്പോഴേക്കും ടങ്ങ് ക്ലീനർ നൂറും കടന്ന് മൂന്നിലോ നാലിലോ ചെന്നു നിൽക്കും...

'സാരമില്ല കുഞ്ഞേ... അടുത്ത തിരിക്കലിൽ നിനക്കെന്തായാലും നൂറെന്നെവരും...'

തിരിപ്പുകാരൻ കുമാരേട്ടന്റെ വാക്കുകൾ ഞങ്ങൾക്കൊരാശ്വാസമാണ്.

കുമാരേട്ടന്റെ കടലത്തിരിപ്പിന്റെ ചരിത്രത്തിൽ ഒരിക്കൽ മാത്രമേ നൂറ് അടിച്ചുള്ളൂ... അന്ന് കുമാരേട്ടന്റെ ഭാര്യയായിരുന്നു തിരിപ്പു നടത്തിയത്. ഏറെ ഭയത്തോടെ ഒഴിഞ്ഞ കടലപ്പാത്രവുമായി നിൽക്കുന്ന ഭാര്യക്കുമുമ്പിൽ ടൗണിൽ പോയി തിരിച്ചുവന്ന കുമാരേട്ടൻ ഉറഞ്ഞുതുള്ളി. കാവിലെ വെളിച്ചപ്പാടു പോലെ എന്തൊക്കെയോ ഉരുവിടുന്നുണ്ടായിരുന്നു. ആ വാക്കുകൾ ആക്രോശമാണോ പരിഭവമാണോ വേദനയാണോ എന്ന് തിരിച്ചറിയാൻ കഴിഞ്ഞില്ല.

കടലത്തിരിപ്പിന്നരികിലിരുന്നു ഒട്ടിയ കവിളിന്നു താഴെ നാരുവേരുപടലം പോലെ കീഴ്ത്താടിയിൽ മാത്രം കീഴ്പ്പോട്ടു വളർന്ന താടിരോമത്തിൽ വലതുകൈവിരലുകളാൽ ശക്തമായി തടവിക്കൊണ്ട് കുമാരേട്ടനിരുന്നു. തൊട്ടരികിൽ കരഞ്ഞുകലങ്ങിയ കണ്ണുകളുമായി ഭാര്യയും. ഇടയ്ക്കെപ്പോഴോ കുമാരേട്ടൻ ശക്തിയായി തിരിച്ച കടലത്തിരിപ്പിന്റെ ആണികളിൽ ടങ്ങ് ക്ലീനർ തട്ടുമ്പോഴുള്ള ശബ്ദത്തിൽ കുമാരേട്ടന്റെ ഭാര്യയുടെ തേങ്ങൽ ലയിച്ചുചേർന്നു.

സ്കൂൾ വരാന്തയോടു ചേർന്ന തിണ്ണയിലെ ചില്ലുകൂട്ടിൽ നീന്തിത്തുടിക്കുന്ന സ്വർണ്ണ വർണ്ണമുള്ള മത്സ്യങ്ങളെ നോക്കിനിൽക്കുകയാണ് ഉച്ചയൂണുകഴിഞ്ഞ് ശ്രീധരൻമാഷ്. ഏതോ ആഴക്കടലിന്റെ അലകളുടെ ആരവങ്ങൾക്കിടയിലും, കടലിന്റെ അടിത്തട്ടിലെ പാറക്കെട്ടുകളുടെ ആർദ്രതയ്ക്കിടയിലും കഴിയേണ്ട പാവം മത്സ്യങ്ങൾ ചില്ലു കൂട്ടിലെ വായുകുമിളകൾ തീർക്കുന്ന ഓളങ്ങളിൽ നിർത്താതെ നീന്തുന്നതിനെക്കുറിച്ച് ക്ലാസ്സിൽ നിന്നും പലപ്പോഴും പറഞ്ഞിട്ടുണ്ട് മാഷ്. അമ്മയെ നഷ്ടപ്പെട്ടവർ, ഇണകളെ നഷ്ടപ്പെട്ടവർ, ഈറ്റില്ലം നഷ്ടപ്പെട്ടവർ. ചില്ലുകൂട്ടിലെ മത്സ്യങ്ങളെക്കുറിച്ചു പറയുമ്പോൾ ശക്തമായ കാറ്റിലെ തിരമാലകളെപ്പോലെ ശ്രീധരൻ മാഷുടെ വാക്കുകൾ ആർത്തിരമ്പും.

'മാഷെ....'

പതിഞ്ഞ ശബ്ദത്തിലുള്ള എന്റെ വിളികേട്ടപ്പോൾ ചില്ലുകൂട്ടിലെ മത്സ്യങ്ങൾക്കൊപ്പം നീന്തിത്തുടിച്ച കണ്ണുകൾ എനിക്കരികിലേക്ക് ഒഴുകിയെത്തി.

'എന്താ ... മോനെ?'

'ഒന്നു ചോദിച്ചോട്ടെ?'

'ഉം...'

'മാഷ് പറഞ്ഞ ആ നാട് എവിടെയാ മാഷെ?'

'ഏത് നാടിനെക്കുറിച്ചാ മോൻ പറേന്നത്?'

'മാഷ് പറഞ്ഞില്ലെ ദാരിദ്ര്യമില്ലാത്ത നാട്. വിശപ്പും പട്ടിണിയുമില്ലാത്ത നാട്.'

'ഓ... മതമില്ലാത്ത നാട്... ല്ലേ...'

'അതേ... എനിക്കവിടെ പോണം മാഷേ...'

'മോൻ വലുതാവട്ടെ... എന്നിട്ടുപോകാം.'

'വിശപ്പില്ലാത്ത... പട്ടിണിയില്ലാത്ത ആ നാട്ടിലേക്ക് നമുക്ക് കുറേ പേരെ കൂട്ടണം മാഷെ...'

തിമിർത്തു പെയ്യാൻ കാത്തുനിൽക്കുന്ന മഴമേഘം പോലെ തുടുത്ത എന്റെ കവിളിലേക്ക് തുറിച്ചുനോക്കുന്ന ആ കണ്ണുകളിൽ ഞാൻ പുതിയൊരു ലോകം കണ്ടു.

'മാഷും വര്വോ എന്റെ കൂടെ?'

അന്നാദ്യമായി എ.കെ. ശ്രീധരൻമാഷ് എന്നെ ചേർത്തു പിടിച്ചു. മാഷുടെ വലതു കൈവിരലുകൾ എന്റെ മുടിയിഴകൾക്കിടയിലൂടെ നീന്തിത്തുടിച്ചു. അപ്പോഴും ചില്ലുകൂട്ടിലെ സ്വർണ്ണമത്സ്യങ്ങൾ വായുകുമിളകൾക്കിടയിലൂടെ നീന്തിത്തുടിക്കുന്നുണ്ടായിരുന്നു. ശ്രീധരൻമാഷെ ചുണ്ടുകൾക്കിടയിലൂടെ ഉതിർന്നുവീണ പുഞ്ചിരിയിൽ ഒന്നിനു മീതെ മറ്റൊന്ന് ചേർന്നുനിൽക്കുന്ന മുൻവരിയിലെ മൂന്നു പല്ലുകളുടെ പാലൊളിയിൽ സമത്വസുന്ദരമായ ഒരു രാജ്യമുണ്ടായിരുന്നു.

'മാഷെ റെയിൽവെസ്റ്റേഷനിലെ ഫ്ളാറ്റ്ഫോമിലെ തറയിൽ മുളകും മറ്റും അരച്ച് കറിയുണ്ടാക്കുന്ന കുറേ പാവങ്ങളില്ലേ... അവരെയും കൂട്ടണം മാഷ് പറഞ്ഞ നാട്ടിലേക്ക്...'

എന്റെ മുടിയിഴകൾക്കിടയിലൂടെ നീന്തിത്തുടിക്കുന്ന മാഷുടെ വിരലുകൾ നിശ്ചലമായി.

'മോനെ....'

'വേണം മാഷേ.... കടലത്തിരിപ്പ് കുമാരേട്ടനേം...'

വാക്കുകൾ മുഴുമിപ്പിക്കുവാൻ എനിക്കു കഴിഞ്ഞില്ല. കാറ്റും കോളും നിശ്ചലമായ ഏതോ സമുദ്രത്തിലെ വേലിയേറ്റം പോലെ എന്റെ ഇരുമിഴികളും നിറഞ്ഞു.

സ്കൂൾമതിലിനോട് ചേർന്ന് കടലയൊഴിഞ്ഞ മുരിക്കിൻ പെട്ടിയോടു ചേർന്നിരുന്ന് കരയുന്ന ഒരമ്മയുടെ രൂപമായിരുന്നു മനസ്സുനിറയെ. അവരുടെ പുറത്ത് തോടോടുകൂടിയ കടലകൾ ഒന്നിനുപിറകെ മറ്റൊന്ന് വെച്ചതുപോലെ നാലോ അഞ്ചോ പാടുകൾ... അത് കുമാരേട്ടന്റെ വിരൽപ്പാടുകളാണ്.

'കുമാരേട്ടന്റെ ഭാര്യേനേം കൂട്ടണം... മാഷെ...'

കൺപോളകൾ അടയ്ക്കാതിരിക്കാൻ ഞാനേറെ ശ്രമിച്ചു. ചില്ലുകൂട്ടിലെ സ്വർണ്ണമത്സ്യങ്ങളിലേക്കു നോക്കിനിന്നു... പക്ഷേ അറിയാതെ എന്റെ കൺപോളകൾ ഒന്നടഞ്ഞു.

നിനയ്ക്കാതെ വന്ന വേനൽമഴപോലെ ഇരുമിഴികളും പെയ്തു.

ചില്ലുകൂട്ടിന്നു വെളിയിൽ വീർത്തുതുടുത്ത കവിൾത്തടത്തിലൂടെയുള്ള ജലധാര കണ്ടിട്ടോ എന്തോ സ്വർണ്ണമത്സ്യങ്ങളിലൊന്ന് ജലോപരിതലത്തിലേക്ക് കുതിച്ചു ചാടി....

തലമുറകളായി കൈമാറി ലഭിച്ച ഏതോ ജീവനീതിയുടെ അവശേഷിപ്പ് ഉണ്ടായിരുന്നു ആ ചാട്ടത്തിൽ.

പതിറ്റാണ്ടുകൾക്കിപ്പുറം ഏതോ പരമാണു കാലത്തെ രണ്ടായി പകുത്തു. ബി.സി. 19 അഥവാ ബിഫോർ കോവിഡ് 19 എന്നും ഏ സി 19 അഥവാ ആഫ്റ്റർ കോവിഡ് 19 എന്നും.

വർഷങ്ങൾക്കുശേഷമാണ് നാട്ടിലെത്തിയതെങ്കിലും വീട്ടിലേക്കു പോകുവാൻ കഴിഞ്ഞില്ല. തൃക്കരിപ്പൂരിലെ അസീസിയാ കോംപ്ലക്സിലെ രണ്ടാം നിലയിലെ പടിഞ്ഞാറെ മുറിയിലായിരുന്നു ക്വാറന്റൈൻ കാലം ചെലവഴിച്ചത്. ക്വാറന്റൈൻ മുറിയിലെ നാലു ചുമരുകൾക്കുള്ളിലെ ഏകാന്തതയിൽ നിറയെ ഓർമ്മകളായിരുന്നു.

കൂടെ പഠിച്ചവർ...

ഒന്നിച്ചുകളിച്ചവർ...

മസ്തിഷ്ക്കത്തിന്റെ മാറാല പിടിച്ച അറകളിൽനിന്നും ഓർമ്മകളെ ചികഞ്ഞെടുത്തു.

താഴെ റോഡിലൂടെ നടക്കുന്ന ശുഭ്രവസ്ത്രധാരികളിലൊക്കെ ഞാൻ തിരഞ്ഞത് ഏ.കെ. ശ്രീധരൻ മാഷെയായിരുന്നു. കുഞ്ഞുമനസ്സുകളിലേക്ക് കുറിയ വാക്കുകളിലൂടെ നന്മയുടെ, സ്നേഹത്തിന്റെ കാരുണ്യത്തിന്റെ വിത്തു വിതയ്ക്കുന്ന അദൃശ്യനായ അധ്യാപകൻ.

ഭൂമിയിലെ മണ്ണും വിണ്ണും സർവ്വചരാചരങ്ങൾക്കും അവകാശപ്പെട്ട താണെന്നും വർണ്ണ വർഗ്ഗ മതഭേദമന്യേ എല്ലാ മനുഷ്യരും ഒന്നാണെന്നും ആദ്യം പഠിപ്പിച്ച ഏ.കെ. ശ്രീധരൻമാഷെ ഒന്നുകൂടി കാണണമെന്നു തോന്നി.

ശ്രീധരൻമാഷെ കാണുവാനുള്ള യാത്രയിൽ ഒന്നാം തരം മുതൽ കൂടെ പഠിച്ച പ്രമോദായിരുന്നു കൂട്ടിന്. ഏതോ ഫുട്ബോൾ മൈതാനി യിലെ സെന്റർ സർക്കിൾ പോലെ മൂർധാവിലെ മുടിപോയ 'ഠ' വട്ടം ഒഴിച്ചാൽ വലിയ മാറ്റമൊന്നുമില്ല അവന്.

വർഷങ്ങൾക്ക് ശേഷമാണ് പ്രമോദിനെ കാണുന്നത്. ഏതോ വിദ്യാ ലയത്തിലെ മലയാളം അധ്യാപകൻ ആണത്രെ. അവൻ മലയാളം അധ്യാ പകൻ ആയില്ലെങ്കിലേ അത്ഭുതമുള്ളൂ. അച്ഛന്റെ ചുണ്ടിൽനിന്നും ഉതിർന്നുവീഴുന്ന സംസ്കൃത ശ്ലോകങ്ങൾ കേട്ടിട്ടാണ് കുഞ്ഞുനാളിലേ അവൻ വളർന്നത്.

പ്രമോദിന്റെ വീട്ടുപറമ്പിലെ കുട്ടിമാവിൻചുവട്ടിൽ അവധിദിവസങ്ങ ളിൽ കളിക്കാൻ പോയപ്പോഴും അവധിക്കാലത്ത് മാമ്പഴം പെറുക്കുവാൻ പോകുമ്പോഴും നേരിട്ട് അനുഭവിച്ചതാണ് പടിഞ്ഞാറെ മുറിയുടെ ജന ലോട് ചേർന്നിരുന്നു ഉരുവിടുന്ന ശ്ലോകങ്ങളുടെ മാധുര്യം.

ഡിപ്പാർട്ട്മെന്റ് ഓഫ് സോയിൽ ആന്റ് മിനറൽസ് വകുപ്പിൽ ചെന്നൈ യിൽ ജോലിയിൽ പ്രവേശിച്ചതിൽ പിന്നെ നാട്ടിലേക്ക് വന്നത് വിരളമാ ണ്. നാലോ അഞ്ചോ തവണ മാത്രം എന്നു പറയുന്നതായിരിക്കും ശരി.

മക്കളും അവരുടെ പഠനവും കുടുംബ പ്രാരാബ്ധങ്ങളും ജോലിത്തി രക്കും കാരണം നാട്ടിലേക്കുള്ള വരവിന്റെ ഗതി മുട്ടി. നിനക്കാതെ വന്ന കൊറോണയും കൊറോണയെ തുടർന്നുള്ള അവധിയും നാട്ടു നന്മയി ലേക്കുള്ള വരവിന്നു നിമിത്തമായി.

അസീസിയ കോംപ്ലക്സിലെ ബാൽക്കണിയിലിരുന്ന് സംസാരിച്ച പ്പോൾ നേരം പോയത് അറിഞ്ഞില്ല.

'അപ്പോൾ ശ്രീധരൻമാഷെ ഇപ്പോഴും മറന്നില്ല ല്ലേ...'

'എങ്ങനെ മറക്കും പ്രമോദേ...'

'ങ്ങും?'

'സമത്വസുന്ദരമായ ഒരു ലോകത്തെക്കുറിച്ച് മാഷ് പറഞ്ഞ കാര്യ ങ്ങൾ എനിക്കൊരു അത്ഭുതമായിരുന്നു.'

'കണക്കുപുസ്തകത്തിൽ മാഷ് തരുന്ന ശരിയുണ്ടല്ലോ തല ചുരുക്കി ഉടലും വാലും നീണ്ട ഒരു 'ഗ' അതെങ്ങനെ മറക്കും...ല്ലേ.'

'അതെ... പുസ്തകം തല തിരിച്ചു പിടിച്ചാലും ശരി മാറില്ല...'

'മാറില്ലെന്നു മാത്രമല്ല പ്രമോദേ, നേരിന്റെ പാതയിലേക്ക് നാമറിയാതെ നമ്മെ നടത്തിയ ഒരു ശരിയായിരുന്നു അത് എന്നുവേണം പറയാൻ...'

ബാൽക്കണിയിലെ വാക്കുകൾ ശ്രീധരൻ മാഷെ തേടിയുള്ള യാത്ര യായി പരിണമിച്ചു. പ്രമോദിന്റെ വെള്ള നിറമുള്ള ആൾട്ടോ കാറിലായി രുന്നു യാത്ര.

വെളുത്ത ഷർട്ടും വെളുത്ത മുണ്ടും ധരിച്ച് സദാ ചിരിച്ചുകൊണ്ട് നട ന്നുവരുന്ന ഒരു വെളുത്ത രൂപം കാറിനു മുന്നിലൂടെ ഞങ്ങൾക്ക് മാർഗ്ഗ ദർശിയായി നടന്നു നീങ്ങുന്നതുപോലെ.

സൗത്ത് തൃക്കരിപ്പൂർ സ്കൂളിനു മുന്നിലെ ബസ് സ്റ്റോപ്പിന്നരികിലെ ചായക്കടയ്ക്കു മുന്നിൽ കാർ നിർത്തി.

'ഏ. കെ. ശ്രീധരൻമാഷെ വീട്...'

പ്രമോദിന്റെ വാക്കുകൾ പൂർണ്ണമാകുന്നതിനും മുമ്പേ കൈയിലെ ചായപ്പാത്രം മേശപ്പുറത്ത് വെച്ച് കാറിന്നരികിലേക്കു വന്ന കടക്കാരൻ ഒന്നു കുനിഞ്ഞ് ഞങ്ങളെ മാറി മാറി നോക്കി.

'എവിടന്നാ വരുന്നേ'

'ഇവിടെ അടുത്തു നിന്നാ'

'മാഷ് പഠിപ്പിച്ചതാ ഞങ്ങളെ'

'മാഷ് ഇപ്പം ഇവിടന്ന് ഇറങ്ങ്യതേയുള്ളൂ. ദേ ആ വായനശാലയിൽ കാണും.'

കാറിനു മുകളിലൂടെ നീണ്ട ചായക്കടക്കാരന്റെ വലതുകൈയിലെ ചൂണ്ടുവിരലിനു നേരെ എന്റെ കണ്ണുകളും നീണ്ട് അകലെയുള്ള ബോർഡിൽ ഒന്നു തൊട്ടു.

'നവോദയ വായനശാല ഇളമ്പച്ചി'

കാറിൽ നിന്നും ഇറങ്ങി ഞങ്ങൾ വായനശാലയിലേക്കു നടന്നു.

അവിടെയുള്ള ആൽമരങ്ങളുടെ മർമ്മരങ്ങൾക്കും മീതെയായിരുന്നു എന്റെ ഹൃദയമിടിപ്പ്.

ലോകമെന്താണെന്നും ജീവനീതിയുടെ തത്വശാസ്ത്രമെന്താണെന്നും പഠിപ്പിച്ച ഗുരുനാഥന്റെ അരികിലേക്കുള്ള യാത്ര. ഒന്നു തൊടാൻ... മാറോട് ചേർക്കാൻ.

അതും നാല് പതിറ്റാണ്ടുകൾക്കുശേഷം.

എന്തു പറയണമെന്നെനിക്കറിയില്ല. ചുണ്ടുകൾ വരണ്ടുപോയി.

വായനശാലക്കകത്തെ ബെഞ്ചിലിരുന്ന് ഏതോ പുസ്തകം വായി ക്കുന്ന വെളുത്തരൂപം.

'മാഷെ....'

പാതിമുറിഞ്ഞ വാക്കിന് മുന്നിൽ മാഷ് മെല്ലെ തിരിഞ്ഞുനിന്നു. മുടിയും മീശ രോമങ്ങളും വെളുത്തതല്ലാതെ മറ്റൊരു മാറ്റവുമില്ല.

'ആരാ മനസ്സിലായില്ല.'

'ഞങ്ങൾ മാഷെ ശിഷ്യന്മാരാ.'

'ഓ...'

ക്ലാസ്മുറിയിലെ പഴയ ശിഷ്യന്മാരുടെ മുഖം ഓർത്തെടുത്ത മാഷുടെ കണ്ണുകളിൽ ഒരായിരം നക്ഷത്രങ്ങൾ ഒന്നിച്ചുദിച്ച തിളക്കമായിരുന്നു.

വലതുകൈയിലെ പുസ്തകം മേശപ്പുറത്ത് അടച്ചുവെച്ച് ചിരിച്ചു കൊണ്ട് എ.കെ. ശ്രീധരൻമാഷ് ഞങ്ങൾക്കരികിലേക്ക് നടന്നുവന്നു.

ഒന്നിനുമീതെ ഒന്നായി ചേർന്നു നിൽക്കുന്ന മുൻവരിയിലെ മൂന്ന് പല്ലുകളുടെ പ്രഭയിൽ മേശപ്പുറത്ത് അടച്ചുവെച്ച പുസ്തകം തെളിഞ്ഞു കണ്ടു. ചുവന്ന പുറംചട്ടയിൽ കറുപ്പും വെളുപ്പും കലർന്ന രണ്ട് മുഖങ്ങൾ.

മാർക്സും എംഗൽസും.

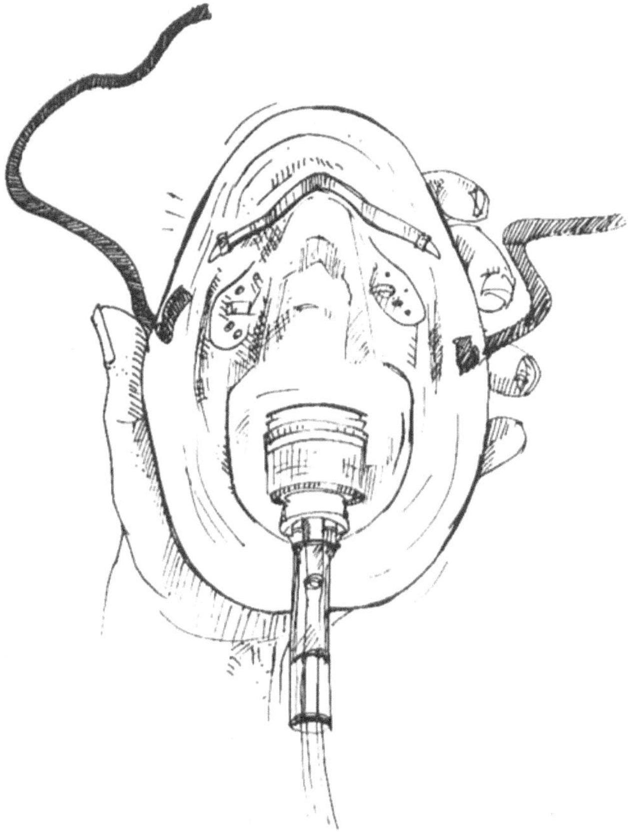

പ്രാണവായുവിന് ഒരു ആമുഖം

വാരിയചോറ് പ്ലേറ്റിൽ തന്നെയിട്ട് വരുൺ പരിഭ്രമം കാണിക്കാതെ പറഞ്ഞു. 'പ്രായമായ രണ്ടുപേരുണ്ടിവിടെ അച്ഛനും അമ്മയും. ഒരാളുടെ മാസ്ക് ഇപ്പോൾ നീ അഴിച്ചു മാറ്റണം.' അനീഷയുടെ കണ്ണ് തുറിച്ചു.

'ആരുടെ ?'

'എനിക്കറിയില്ല. അത് നീ തീരുമാനിച്ചാൽ മതി.'

'പ്രാണവായു'വിലെ അവസാന വാക്കുകൾ ഗണേഷിനെ വല്ലാതെ കുത്തിനോവിച്ചു. അഞ്ചാറു വർഷങ്ങൾക്കു മുമ്പ് പത്രത്തിലൂടെ വായിച്ച കഥയാണ്. വായിച്ചപ്പോൾ ഉള്ളു നീറിയെങ്കിലും അന്നേ അത് മറന്നിരുന്നു.

കുരിശിലേറ്റി മൂന്നാം നാൾ ഉയിർത്തെഴുന്നേറ്റ യേശുദേവനെ പോലെ പ്രാണവായു വീണ്ടും അവതരിച്ചപ്പോൾ ഗണേഷിനെ വല്ലാതെ അലോസരപ്പെടുത്തി. സോഷ്യൽ മീഡിയകളിലും ദൃശ്യമാധ്യമങ്ങളിലും കഥ വീണ്ടും ഒഴുകിക്കൊണ്ടേയിരുന്നു. ബെഡ് റൂമിലെ തുറന്നിട്ട ജനാലയ്ക്കരികിലെ ഓക്സിജൻ സിലിണ്ടറിന്റെ റഗുലേറ്ററിൽ നിന്നും ഉയർന്ന ശബ്ദം ഗണേഷിന് ഏതോ കാലൻ കോഴിയുടെ നിർത്താതെയുള്ള മൂളിച്ച പോലെ അനുഭവപ്പെട്ടു.

'നിങ്ങൾ ഇങ്ങനെ ഇരിക്കുകയാണോ? വന്ന് എന്തെങ്കിലും കഴിക്ക്.' ഭാര്യ രേഖയുടെ വാക്കുകൾക്ക് മുന്നിൽ അയാൾ മൗനം പാലിച്ചു. വരാന്തയുടെ പടിഞ്ഞാറെ മൂലയിലെ കസേരയിലിരുന്ന് വലതു കൈവിരലിനാൽ കീഴ്ത്താടിയിൽ മെല്ലെ തടവി.

മൗനം കുത്തിനിറച്ച ഒരു നോട്ടത്തിൽ മറുപടി ഒതുക്കിയപ്പോൾ രേഖ അടുക്കളയിലേക്ക് തിരിച്ചു.

മുറ്റത്തെ പൂച്ചട്ടികളൊക്കെ എടുത്തു മാറ്റുകയാണ് കണ്ണനും വൈഗയും. ചെത്തിയും ചെമ്പരത്തിയും തുളസിയും ഒക്കെ വളർന്നിരിക്കുന്ന വലിയ മൺചട്ടികൾ ഇരുവശങ്ങളിലും പിടിച്ച് അവർ എങ്ങോട്ടോ നീക്കുകയാണ്.എടുത്താൽ പൊങ്ങാത്ത ചട്ടികളുമായി അല്പം നടന്നും പിന്നീട് താഴെവച്ചും വീണ്ടും പൊക്കിയെടുത്ത് നടു വളച്ച് നടക്കുന്ന

കുട്ടികളെ അൽപ്പനേരം അയാൾ നോക്കി നിന്നു.

പ്രതിദിനം ജില്ലയിൽ മുന്നൂറോളം സിലിണ്ടർ വേണം. പകുതിപോലും ലഭ്യമല്ല. കരിഞ്ചന്തയിൽ പോലും ലഭിക്കാത്ത അവസ്ഥ. പത്രവാർത്തകൾ ഗണേഷിനെ ഉന്മാദനാക്കി. അയാൾ അതിവേഗം അടുക്കളയിലേക്കു നടന്നു, നടത്തമായിരുന്നില്ല, അതൊരു ഓട്ടമായിരുന്നു. സെൻട്രൽ ഹാളിലൂടെ, പൂജാമുറിക്കു മുന്നിലൂടെ ഡൈനിംഗ് ഹാളിലൂടെ അടുക്കളയിലേക്ക്.

'അനീഷേ..'

ഒതുക്കിപ്പിടിച്ച്, തൊണ്ടയിൽ നിന്നും ഉതിർന്നു വീണ വാക്കിനു മുമ്പിൽ രേഖ പകച്ചുനിന്നു.

'ഗണേഷേട്ടാ അത് കഥയല്ലേ?'

ഗ്യാസ് സ്റ്റൗവിനു മുകളിലെ ആവിപറക്കുന്ന പുട്ടിൻ കുറ്റിക്കരികിൽ നിന്നും രേഖ പറഞ്ഞു.

'അന്നത് കഥയായിരുന്നു ഇന്ന് കാര്യമായി.'

രേഖയുടെ വലതു ചുമലിൽ പിടിച്ച് ഗണേഷ് പറഞ്ഞു.

സെൻട്രൽ ഹാളിലെ സോഫയിലിരുന്ന്, അംബികാസുതൻ മാങ്ങാടിന്റെ പ്രാണവായു എന്ന കഥ ഗണേഷ് ഉറക്കെ വായിച്ചു. സോഫയിൽ ചേർന്നിരുന്നു രേഖ കഥ മുഴുവൻ കേട്ടു. വായനയുടെ വളർച്ചയിൽ അയാൾ വരുണായിമാറി. കഥയുടെ ഒടുവിൽ അയാൾ രേഖയുടെ കണ്ണുകളിലേക്ക് തുറിച്ചുനോക്കി.

' അനീഷേ'

ആ ചുണ്ടുകൾ മെല്ലെ വിതുമ്പി.

'ഗണേഷേട്ടാ നിങ്ങൾ ഇങ്ങനെ തളർന്നു പോകരുത്.'

'എങ്ങനെ തളരാതിരിക്കും രേഖേ...' മേൽച്ചുണ്ട് കടിച്ചു പിടിച്ചു ഗണേഷ് കരഞ്ഞു .

'ജില്ലാ ആശുപത്രിയിൽ ഇന്നലെ ഓക്സിജൻ തീർന്നുവത്രേ. അഞ്ചോളം രോഗികളെ തൊട്ടടുത്ത സ്വകാര്യ ആശുപത്രിയിലേക്ക് മാറ്റി. പഞ്ചായത്ത് മെമ്പറെ ഞാൻ വിളിച്ചു .ഒരു കുറ്റിക്ക് വേണ്ടി. എവിടെയുമില്ല.' നിർജീവമായ ശരീരത്തിൽ നിന്നും എന്നതുപോലെ ഗണേഷിന്റെ ചുണ്ടുകളിൽ നിന്നും വാക്കുകൾ ഉതിർന്നുകൊണ്ടേയിരുന്നു.

'ഗണേഷേട്ടാ നിങ്ങളിങ്ങനെ വേവലാതിപ്പെടാതെ.' അദ്ദേഹത്തിന്റെ നെഞ്ചിലെ വിയർപ്പുതുള്ളികൾ സാരിത്തലപ്പുകൊണ്ട് തുടക്കുന്നതിനിടയിൽ രേഖ പറഞ്ഞു.

'കുറ്റിയിലെ ഓക്സിജൻ തീർന്നാൽ നമ്മൾ എന്ത് ചെയ്യും?'

'പ്രാണവായു നൽകി ജീവൻ നിലനിർത്തേണ്ടത് സർക്കാരിന്റെ കട

മയല്ലേ? ഇന്നലെവരെ കിട്ടിയില്ലേ...'

'ഇനി കിട്ടിയില്ലെങ്കിൽ...'

'ഗണേഷേട്ടാ...'

'നമുക്ക് നാട്ടിലേക്ക് പോയാലോ രേഖേ.. അവിടെ ആശുപത്രികളെല്ലാം സുസജ്ജമാണത്രേ!'

'ഗണേഷേട്ടാ..'

'സർക്കാരാശുപത്രിയിലേതുപോലെ പ്രൈവറ്റ് ഹോസ്പിറ്റലിലും ചികിത്സയുണ്ടത്രേ നാട്ടിൽ. അതും സർക്കാർ ചെലവിൽ..'

'അതിന് നമ്മളെങ്ങനെ പോകും ഗണേഷേട്ടാ.'

വാക്കുകൾക്കൊപ്പം രേഖ വിതുമ്പി.

'പോയേ തീരൂ രേഖേ.'

'എങ്ങനെ പോകും? റോഡുകളെല്ലാം കൊട്ടിയടച്ചില്ലേ. ട്രെയിനുകൾപോലും നിലച്ചിട്ട് നാളുകളേറെയായി...'

'രേഖേ..'

ഗണേഷ് കരഞ്ഞു.

രേഖയും കരഞ്ഞു.

അവർക്കിടയിൽ മൗനം കുന്നോളം കറുത്തു.

'നിങ്ങൾ ഇങ്ങനെ വേണ്ടാത്തത് ചിന്തിക്കല്ല, വന്നു കാപ്പി കഴിക്ക്.'

ഭയാനകമായ മൗനത്തിലേക്ക് ഉതിർന്നുവീണ രേഖയുടെ ആശ്വാസവാക്കുകളിൽ അയാളുടെ ഉള്ളം കുളിർത്തു.

ചൂടാറാത്ത പുട്ട് വിരലുകൾക്കിടയിൽ ഒന്ന് അമർന്നു ഉടയുമ്പോഴായിരുന്നു ബെഡ്റൂമിൽ നിന്നും ഒരു നിലവിളി. ആദ്യം ഉയർന്ന കരച്ചിൽ വൈഗയുടേതായിരുന്നു. ഒപ്പം കണ്ണനും കരഞ്ഞു. ബെഡ്റൂമിലേക്ക് ആദ്യം ഓടിയെത്തിയത് രേഖയായിരുന്നു . പിന്നാലെ ഗണേഷും.

ജനലിനോട് ചേർത്തുവെച്ച ഓക്സിജൻ സിലിണ്ടറിൽ നിന്നും നീണ്ടുകിടക്കുന്ന പൈപ്പിന്റെ തലപ്പിലെ മാവസ്കിന് ഇരുവശങ്ങളിലും നുരയും പതയും ഒഴുകി ഒലിച്ചിരിക്കുന്നു.

തന്റെ സാരിത്തലപ്പു വായോട് ചേർത്തുവെച്ച് രേഖ കരഞ്ഞു.

പാതിതുറന്ന് നിശ്ചലമായിരിക്കുന്ന കണ്ണുകൾ.

ഇരുകൈകളും കൂപ്പി തൊഴുത് ഗണേഷ് മുന്നോട്ടു നടന്നു. കൺപോളകൾ ഒന്ന് അടയ്ക്കുവാൻ.

'അരുത് പോസിറ്റീവ് അല്ലേ...'

രേഖ വിലക്കിയപ്പോൾ ഗണേഷ് വാവിട്ടുകരഞ്ഞു.

ബെഡ്റൂമിലെ ചുമരുകളോടു ചേർത്തുവെച്ച ചെടിച്ചട്ടികൾക്കിടയിൽ

നിന്നും കണ്ണനും വൈഗയും കരഞ്ഞു. എടുത്തു വെക്കുന്നതിനിടയിൽ അരികു പൊട്ടിപ്പോയ മൺചട്ടിയിലെ ചുവന്ന പൂക്കുലകൾക്കരികിൽനിന്നും വൈഗ ഉറക്കെ കരഞ്ഞു.

'മുത്തശ്ശി.....' കുഞ്ഞനുജത്തിയെ മാറോടുചേർത്ത് കണ്ണനും കരഞ്ഞു.

'ചെടികൾ പുറത്തുവിടുന്ന ഓക്സിജനെ സിലണ്ടറിലേക്ക് ആക്കുന്ന വിദ്യ നമുക്ക് കണ്ടുപിടിക്കണം വൈഗേ...' കരയുന്നതിനിടയിൽ വൈഗയുടെ ചെവിയിൽ കണ്ണൻ അടക്കം പറയുന്നുണ്ടായിരുന്നു. ഡൽഹിയിലെ യമുനാഘട്ടിലെ ശ്മശാനത്തിന്നരികിൽ ഊഴം കാത്തിരിക്കുന്ന ചേതനയറ്റ അമ്മയുടെ ശരീരവും പേറി നിൽക്കുന്ന ആംബുലൻസിന്നരികിൽ നിന്നും ഗണേഷ് അകലങ്ങളിലേക്ക് നോക്കി.

ദൂരെ ഒരേസമയത്ത് ആളിക്കത്തുന്ന ചിതകൾ പത്തിലേറെയുണ്ട്. ടോക്കൺ എടുത്ത് വരി നിൽക്കുന്ന ബോഡികൾ ഇനിയുമുണ്ടേറെ. ചിതയിൽനിന്നും ആകാശത്തേക്കുയരുന്ന കറുത്ത പുകയിൽ നിറയെ ഓരോ രൂപങ്ങൾ. അതിൽ മരക്കാപ്പിലെ തെയ്യങ്ങളുണ്ട്. അഴകനും പൂവാലിയും ഭഗവതിയും ഉണ്ട് .

ജീവൻ നിലനിർത്തുവാനായി ഒരു തുള്ളി പ്രാണവായുവിനു വേണ്ടി അവർ വെന്തു നീറുകയാണ്.

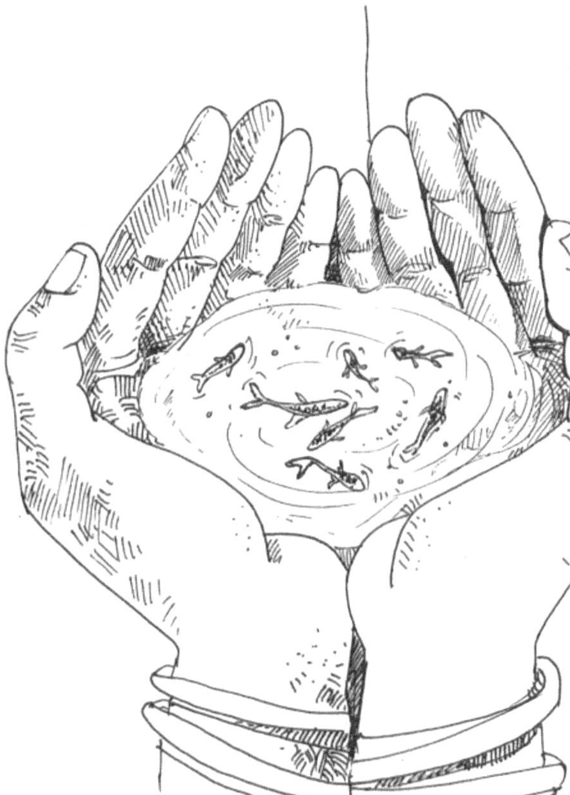

ഉഷ്ണനിദ്ര

'ഒരു പാത്രത്തിലെ തിളച്ച വെള്ളത്തിലേക്ക് ഒരു തവളയെ പിടിച്ചിട്ടാൽ പ്രാണരക്ഷാർത്ഥം അത് പുറത്തേക്ക് ചാടും. എന്നാൽ പാത്രത്തിൽ അതേ അളവിൽ തണുത്ത വെള്ളമെടുത്ത് അതിൽ ഒരു തവളയെയിട്ട് ഒരു സ്റ്റൗവിൽ വച്ച് ക്രമേണ ചൂടാക്കിയാൽ, കൂടി വരുന്ന ചൂടിന്റെ വർദ്ധനവിനോട് തവള പൊരുത്തപ്പെടും. പാത്രത്തിലെ ഏതെങ്കിലും മൂലയിൽ അത് പതുങ്ങിയിരിക്കും. വെള്ളം തിളയ്ക്കുമ്പോഴേക്കും സഹിക്കാൻ കഴിയാത്ത ചൂടിനാൽ തിളയ്ക്കുന്ന വെള്ളത്തിന്റെ ഏതോ കോണിൽ പതുങ്ങിയിരിക്കുന്ന തവളയുടെ ജീവൻ അറ്റുപോകും. ഭൂമി ഒരു പാത്രം ആണെങ്കിൽ നിങ്ങളും ഞാനുമടങ്ങുന്ന മനുഷ്യസമൂഹം തവളകൾ ആണ്.... ആഗോളതാപനത്തിന്റെ നീർച്ചുഴിയിൽപ്പെട്ട് ഏതോ കോണിൽ പതുങ്ങിയിരിക്കുന്ന ജീവനറ്റു പോകുന്ന തവളകൾ.'

കൂലേരി സ്കൂളിൽ വച്ച് നടത്തിയ വിത്ത് ഉത്സവത്തിന്റെ ഉദ്ഘാടന ഭാഷണത്തിൽ പരിസ്ഥിതി പ്രവർത്തകൻ പത്മനാഭൻ മാസ്റ്ററുടെ വാക്കുകൾ അനീഷിനെ വല്ലാതെ അലോസരപ്പെടുത്തി.

മീനമാസത്തിന്റെ തുടക്കത്തിൽ നിനക്കാതെ വന്ന വേനൽ മഴപോലെ പത്മനാഭൻ മാസ്റ്ററുടെ വാക്കുകൾ മനസ്സിൽ തിമിർത്തു പെയ്തു കൊണ്ടേയിരുന്നു.

മഴയൊന്നു കുറയുവാൻ കാത്തുനിൽക്കുകയാണ് കണ്ണനും വൈഗയും. വീട്ടുമുറ്റത്തെ റോഡിന്നുമപ്പുറത്തെ മുണ്ടകൻപാടത്തിൽ പുതുമഴയിൽ വിരുന്നുവരുന്ന കുഞ്ഞു മീനുകളെ കോരിയെടുക്കുവാൻ. ഒരു തോർത്തിന്റെ ഇരുവശങ്ങളിലും പിടിച്ച് പാടത്തിന്റെ കരയോട് ചേർന്ന വെള്ളത്തിൽ കോരിയെടുക്കുമ്പോൾ, തോർത്തിൽ പിടയ്ക്കുന്ന കുഞ്ഞു മീനുകൾ. പലതരത്തിലുള്ള മീനുകൾ. ചിലപ്പോൾ തവളക്കുഞ്ഞുങ്ങളും കാണും. തോർത്തിൽ നിന്നും നിർത്താതെ പിടിയ്ക്കുന്ന കുഞ്ഞു മീനുകളെ കുപ്പിയിലെ വെള്ളത്തിലേക്ക് പിടിച്ചിടും. പിന്നെ ഒരോട്ടമാണ്. കാർപോർച്ചിനോടു ചേർന്ന സീറ്റിനു മുകളിൽ കുപ്പികൾ നിരത്തി വെക്കും .ഓരോ കുപ്പിയിലും ഓരോ തരത്തിലുള്ള മീനുകൾ. അവ കുപ്പിയുടെ അരിക് ചേർന്ന് നീന്തിക്കൊണ്ടേയിരിക്കും. പുതുമഴയിൽ പുറ

ത്തുവന്ന ആ കുഞ്ഞു മീനുകൾ ഏതോ ഒഴുക്കു തേടുകയാണ്.

'മാമാ ഇത് ഏത് മീനാ...' വലതു കയ്യിലെ കുപ്പി ഉയർത്തിയാണ് കണ്ണന്റെ ചോദ്യം.

വാലിന്റെ ഇരുവശങ്ങളിലും കറുത്ത പൊട്ടുകളുള്ള,വെള്ളി പോലെ തിളങ്ങുന്ന കുഞ്ഞു മീൻ. കണ്ണന്റെ വലതുകൈയ്യിലെ കുപ്പിയിൽ നിന്നും നീന്തിത്തുടിക്കുന്ന വെള്ളി പോലെ വെളുത്ത കുഞ്ഞു മത്സ്യത്തെ അനീഷ് ഏറെനേരം നോക്കിനിന്നു. എത്രയോ മീനുകളെ അനീഷിന് അറിയാം. മത്തിയും അയലയും കരിമീനും ഒക്കെ. പക്ഷേ വീട്ടിനടുത്തെ കുഞ്ഞു വെള്ളക്കെട്ടിലെ കുഞ്ഞുമീനിന്റെ പേര് അനീഷിന്നറിയില്ല. എത്രയോ കണ്ടിട്ടുണ്ട്. കുട്ടിക്കാലത്ത് പിടിച്ചിട്ടുമുണ്ട്. എന്താണ് പേരെന്ന് ഇന്നേവരെ ചിന്തിച്ചിട്ടില്ല. അറിയുവാനായി ആരോടും ചോദിച്ചിട്ടുമില്ല. എങ്കിലും കണ്ണന്റെ ചോദ്യത്തിന്നു മുൻപിൽ ആധികാരിക ഭാവത്തോടെ അനീഷ് പറഞ്ഞു.

'പുല്ലൻ.'

'പുല്ലനോ... ഈ മാമന് ഒന്നും അറിയില്ല.'

കണ്ണൻ പൊട്ടിച്ചിരിച്ചു. വൈഗയും ചിരിച്ചു. അപ്പോഴും അവരുടെ കൈകളിലെ കുപ്പിയിൽ കുഞ്ഞു മീനുകൾ നീന്തിക്കൊണ്ടേയിരുന്നു.

'കണ്ടത്തിലെ എല്ലാ മീനിനെയും പുല്ലനെന്നാ പറയുന്നേ...'

'ഓഹോ... അങ്ങനെയാണോ?'

കണ്ണന്റെ വാക്കുകൾ കേട്ട് അനീഷ് ചെറുതായി ചിരിച്ചു.

'ഇത് കണ്ടോ... ഇതാണ് നടുവരയൻ.'

തല മുതൽ വാലു വരെ ഇരുവശങ്ങളിലും കറുത്ത വരകളുള്ള മീൻ നീന്തുന്ന കുപ്പി ഉയർത്തി കണ്ണൻ പറഞ്ഞു.

'ഇത് ചൊട്ടക്കുറിയൻ'

വൈഗ തന്റെ കയ്യിലെ കുപ്പി ഉയർത്തി പറഞ്ഞു.

തലയ്ക്കു മീതെ വെളുത്ത പൊട്ടുള്ള കുഞ്ഞു മീനുകൾ, അവളുടെ കൈയ്യിലെ കുപ്പിയിൽ നിന്നും അപ്പോഴും നീന്തുന്നുണ്ട്. മഴവില്ലിലെ ഏഴു വർണ്ണങ്ങൾകൊണ്ട് മനോഹരമായ വാലിനാൽ അവർ ചില്ലു പാത്രത്തിലെ തെളിഞ്ഞ വെള്ളത്തിൽ ചിത്രങ്ങൾ വരയ്ക്കുകയാണ്.

'ഇതാണ് മാനത്തുകണ്ണി.'

വൈഗയുടെ കൈയ്യിലെ കുപ്പി വാങ്ങി ഒന്നുയർത്തി നോക്കുന്നതിനിടയിൽ അനീഷ് പറഞ്ഞു.

എടാട്ടുമ്മൽ കിഴക്കേക്കരയിലെ കുതിരോടുചേർന്ന് അവശേഷിക്കുന്ന മുണ്ടകൻപാടത്ത് ഓരോ മഴക്കാലത്തും വരുന്ന ജീവികൾ അനവധി

യാണ്. അതിൽ മീനുകളുണ്ട് പേരറിയാത്തവയാണ് ഏറെയും. നെയ്ച്ചിങ്ങയും ആമയും പറവകളും ഉണ്ട്. പുതുമഴയോടൊപ്പം കണ്ണനും വൈഗയും ചേരുമ്പോഴാണ് മുണ്ടകൻ പാടം പൂർണമാകുന്നത്. പാടവരമ്പിലൂടെ നടന്നു നെയ്ച്ചിങ്ങ പെറുക്കും. വരമ്പിലെ വലിയ പുൽച്ചെടിയോട് ചേർന്ന് ഒന്നിനു മീതെ ഒന്നായി ഒട്ടിനിൽക്കുന്ന വെളുത്ത കുഞ്ഞുമുട്ടകൾ അവർക്ക് ഒരു കൗതുകമാണ്. വരമ്പിൽ പടർന്നു വളർന്നിരിക്കുന്ന മുത്തിൾച്ചെടിയുടെ തത്തപ്പച്ച നിറമുള്ള ഇലകൾ പറിച്ചെടുക്കും, ചമ്മന്തിയുണ്ടാക്കുവാൻ. മുത്തിളും പൊന്നാംകണ്ണിയുമൊക്കെ കുട്ടികളെ പരിചയപ്പെടുത്തിയത് അനീഷായിരുന്നു.

അഞ്ചും ഏഴും വയസ്സുപ്രായമുള്ള അവരുടെ നിലവാരത്തിലേക്ക് അനീഷും പലപ്പോഴും വളർന്നു പന്തലിക്കും.

കുട്ടികളോടൊപ്പം വയൽവരമ്പിലൂടെ നടക്കും. നെൽച്ചെടികൾക്കിടയിൽ പതുങ്ങിയിരിക്കുന്ന കുളക്കോഴിയേയും കുഞ്ഞുങ്ങളേയും കണ്ടു രസിക്കും.

മേടമാസം ആരംഭത്തോടെ മുണ്ടകൻ പാടം ഉഴുതു വിത്തിടും. ആറു മാസം മൂപ്പുള്ളതാണ് മുണ്ടകൻ വിത്ത്. അരയോളം വളർന്നാൽ അരിഞ്ഞെടുക്കും. വിരിയുന്നതിന്നുംമുമ്പ് നാലും അഞ്ചും തവണ അരിയാറുണ്ടത്രേ. തുലാപത്ത് കഴിഞ്ഞാൽ മുണ്ടകൻ പാടം അരിയില്ല. നെഞ്ചോളം വളർന്ന പാടം തുലാവം ആരംഭത്തോടെ വിരിയാൻ തുടങ്ങും. കൊയ്ത്തു കഴിഞ്ഞാൽ പാടം നട്ടിക്കണ്ടമായി മാറും. വെള്ളരിയും പയറും പാവലും വിളയും. ഇത്തവണത്തെ കൊയ്ത്തിനുശേഷം മുണ്ടകൻപാടം നികത്തി.

ഏതോ ചെങ്കൽക്കുന്നിൽ നിന്നും അടർത്തി കൊണ്ടുവന്ന ചരലും മണ്ണും റോഡോളം ഉയരത്തിൽ നിറച്ചു. മുണ്ടകൻ പാടം പറമ്പായി മാറി.

കാലാവസ്ഥാ വ്യതിയാനം കാരണം പതിവിലും നേരത്തെ വന്ന മഴ പാടങ്ങളെ സജീവമാക്കി. നിറഞ്ഞുകവിഞ്ഞ പാടത്തിൽ എരണ്ടകൾ നീന്തിത്തുടിച്ചു. ഒഴുക്കിനൊപ്പം ഊറ്റില്ലം തേടി മീനുകൾ യാത്ര തുടങ്ങി.

തോർത്തും ചായ അരിക്കുന്ന പഴയ അരിപ്പയുമായി കണ്ണനും വൈഗയും മുണ്ടകൻ പാടത്തേക്കിറങ്ങി. മുണ്ടകൻ പാടം ചുവന്നുതുടുത്ത പറമ്പായി മാറിയിരിക്കുന്നു.

ഓരോ വേനലും തുടങ്ങുമ്പോൾ ശരീരമെല്ലാം ചെറുതാക്കി മണ്ണിനടിയിലേക്ക് നൂഴ്ന്നിറങ്ങുന്ന മീനുകളും തവളകളും പലജാതി മുട്ടകളുമുണ്ട് മുണ്ടകൻ പാടത്തു നിറച്ച ചരൽ കട്ടകൾക്ക് താഴെ, പാടത്തെ നനവൂറുന്ന മണ്ണിന്റെ ഏതൊക്കെയോ അടുക്കുകളിൽ. അന്നമില്ലാതെ

പ്രാണവായു പോലും കുറച്ച് ഉറങ്ങുകയാണ് അവർ. ഒരു മഴക്കാലം പ്ര തീക്ഷിച്ചുള്ള ഉഷ്ണ നിദ്ര.

നിർത്താതെ പെയ്ത മഴ കുഴച്ചിട്ട ചരൽക്കൂനയിലെ ചളിവെള്ളത്തി ന്നരികിൽ നിന്നും കണ്ണൻ ഉറക്കെ വിളിച്ചു.

'ഏയ് മാനത്തുകണ്ണികളേ....

നടുവരയൻ പരലുകളെ.... എവിടെ നിങ്ങൾ?'

കണ്ണന്റെ വാക്കുകൾ ഒരു നിലവിളിയായി മാറിയപ്പോൾ ഏതുനിമി ഷവും പെയ്യുന്ന മഴമേഘംപോലെ വൈഗയുടെ കണ്ണുകൾ നിറഞ്ഞു.

അരിപ്പയും തോർത്തുമായി അവർ ചരൽക്കൂനയിലൂടെ ഓടിക്കൊണ്ടേ യിരുന്നു. ഒടുവിൽ മുണ്ടകൻ പറമ്പിലെ കിഴക്കേ മൂലയിൽ അവർ ഇരു ന്നു. തളർന്ന കണ്ണുകൾ അപ്പോഴും പെയ്യുന്നുണ്ടായിരുന്നു.

'മക്കളെ... വരണമെന്നുണ്ട്...

പക്ഷേ ഞങ്ങൾക്കുമീതേ പരക്കുന്ന ഇരുട്ടിനെ..... പരുപരുത്ത ചരൽ ക്കുനകളെ.... മുറിച്ചു പുറത്തുകടക്കാൻ വയ്യ ഞങ്ങൾക്ക്...'

അത് ഒരു ഉൾവിളിയായിരുന്നു. നിഷ്കളങ്കമായ കുഞ്ഞു മനസ്സുക ളുടെ ആർദ്രതയിലേക്ക് ഒഴുകിയെത്തിയ ഉൾവിളി.

മീനുകളില്ലാത്ത...

തവളകളില്ലാത്ത...

നെയ്ച്ചിങ്ങകളില്ലാത്ത...

പാടവരമ്പിലിരിക്കുന്ന വൈഗയുടെ കൺപോളകൾ അറിയാതെ ഒന്ന് അടഞ്ഞു.

അവളുടെ കവിളിലൂടെ ഒഴുകിയ കണ്ണുനീർ ആർത്തിരമ്പുന്ന മഴ യായി മാറി.

നിർത്താതെ പെയ്യുന്ന മഴയുടെ ഇരമ്പലിനും മീതെ അവരുറക്കെ വിളിച്ചു കൊണ്ടേയിരുന്നു.

'മാനത്തുകണ്ണികളേ ... നടുവരയൻ പരലുകളെ... എവിടെ... എവി ടെ നിങ്ങൾ...'

വാഴക്കുല

'കിലിയല്ല മോട്ടു... കിളി. കിളിയെന്നാ ശരി...'

മുൻവരിപ്പല്ലുപോയ മോണ കാട്ടി ചിരിച്ചു കൊണ്ട് വാഴത്തോപ്പിലൂടെയുള്ള നടത്തത്തിനിടയിലെ ദാമോദരൻനമ്പ്യാരുടെ വാക്കുകൾക്കു മുമ്പിൽ മോട്ടു ഒന്ന് ചിരിച്ചു.

പാൻ മസാലക്കറയാൽ നിറം മങ്ങിയ പല്ലുകൾ വിടർത്തി ചിരിക്കുന്നതിനിടയിൽ വലതുകൈയ്യിലെ തകരപ്പാത്രത്തിൽ മോട്ടു ശക്തിയായി കൊട്ടി .

കിഴക്കേ മൂലയിലെ വാഴക്കുലകൾക്കിടയിൽ നിന്നും ഏതാനും കിളികൾ പറന്നകന്നു. ചെറിപ്പഴം പോലെ ചുവന്ന ചുണ്ടുകളുള്ള പച്ചക്കിളികൾ.

ബംഗാളിൽ നിന്നും വന്ന് മണലരിപ്പിൽ തുടങ്ങിയ വേല ഒടുവിൽ ദാമോദരൻ നമ്പ്യാരുടെ വീട്ടിലെ സ്ഥിരം പണിക്കാരനായി മാറിയപ്പോഴേക്കും മോട്ടു മലയാളം പഠിച്ചു. ചില അക്ഷരങ്ങൾ തെളിഞ്ഞു വരില്ലെന്നു മാത്രം.

നെൽകൃഷിയും തെങ്ങുകയറ്റവും മാത്രമല്ല ഒരു കമുകിൻ തലപ്പിൽ നിന്നും ആടിയുലയുന്ന മറ്റൊന്നിലേക്ക് ചാടിയിറങ്ങി തീക്കനൽ പോലെ തിളങ്ങുന്ന അടക്കാക്കുലകൾ അറുത്തിടുവാനും മോട്ടുവിനിന്നറിയാം.

പാട്ടത്തിനു നൽകുന്ന കൃഷിയിടത്തിൽ വർഷങ്ങൾക്കു ശേഷമാണ് ദാമോദരൻ നമ്പ്യാർ വാഴകൃഷി ആരംഭിച്ചത്.

വാഴക്കന്ന് നട്ടതിൽപ്പിന്നെ മോട്ടു ബംഗാളിലേക്ക് പോയിട്ടില്ല.

നട്ടുനനച്ച വാഴവളരുമ്പോഴും കുലച്ചപ്പോഴും മോട്ടു സന്തോഷിച്ചു.

'മോട്ടൂ ഈ മണ്ണിൽ വിളഞ്ഞ വാഴക്കുല കൊത്തി വിറ്റിട്ടാണ് രണ്ടു മക്കളേം ഞാൻ പഠിപ്പിച്ചത് '

വാഴത്തോപ്പിൽ വന്ന ദിവസങ്ങളിലൊക്കെ ദാമോദരൻ നമ്പ്യാർ പറയുന്ന മലയാളം കേട്ടു പഠിച്ച മോട്ടു പലപ്പോഴും നനയ്ക്കുന്നതിനിടയിൽ ഓരോ വാഴയോടും പറയും. എന്നിട്ട് തനിച്ച് ചിരിക്കും.

'കുല കൊത്താൻ നേരമായി ...'

മുതലാളിയുടെ വാക്കുകൾ മോട്ടുവിന് ആവേശമായി.

ഒരു വർഷത്തോളം കൃഷിയിൽ മാത്രം ഒതുങ്ങിയുള്ള ജീവിതം മോട്ടുവിന് ആദ്യമാണ്.

പകലന്തിയോളം വാഴത്തോപ്പിലാണ് മോട്ടു.

വെള്ളം നനയ്ക്കണം.

വളമിടണം. കുലച്ച വാഴകൾക്ക് കാല് കുത്തണം. മൂത്ത കായകൾ തിന്നാൻ വരുന്ന കിളികളേ ആട്ടണം ....

അങ്ങനെയങ്ങനെ നൂറുകൂട്ടം പണികളുണ്ട്.

മേലേപ്പറമ്പിൽ വവ്വാൽ ചവച്ചു തുപ്പിയ അടക്കകൾ പെറുക്കുന്നതിനിടയിലാണ് മോട്ടു വാഴത്തോപ്പിലെ ബഹളം കേട്ടത്.

മൂന്നോ നാലോ പേരുണ്ട്.

താഴ്ന്ന വാഴയിലയിൽ പിടിച്ചുതാഴ്ത്തി ഒടിച്ചു വെച്ച വാഴയിൽ നിന്നും കൊത്തിയെടുക്കന്ന കുലകൾ പറമ്പിന്റെ മൂലയിൽ കൂട്ടി വെക്കുന്ന രണ്ടു പേർ. പറമ്പിനോടു ചേർത്തുവെച്ച വണ്ടിയിലേക്ക് കുലകളുമായി പോകുന്ന മറ്റു രണ്ടു പേർ.

മോട്ടുവിന്റെ തൊണ്ട വരണ്ടു. ജീവനറ്റതുപോലെ വീട്ടുമുറ്റത്തു നിന്നു.

അവർ അറുത്തെടുക്കുന്നത് വാഴക്കുലകളോ അതോ തന്റെ കൈകളും നാക്കുമാണോ ...

ഒന്നുമറിയാതെ നിശ്ചലനായ മോട്ടുവിന്റെ കണ്ണുകൾ വാഴത്തോപ്പിലേക്കു നീണ്ടു. കിഴക്കേ മൂലയിലെ വാഴക്കുലയിൽ കൂട്ടിയ ബുൾബുൾ പക്ഷിയുടെ കൂടും കുഞ്ഞുങ്ങളേയും ദൂരേക്കു വലിച്ചെറിഞ്ഞിരിക്കുന്നു. അമ്മയെ കാത്തു കരയുന്ന തൂവൽ മുളക്കാത്ത രണ്ടു കുഞ്ഞുങ്ങൾ .

' അച്ഛാ .... കുലകളൊക്കെ ഞാനെടുക്കുന്നു...'

'നീയിതെപ്പോ വന്നു !!'

' ഒരാഴ്ചയായി. ബാംഗ്ലൂരിലായിരുന്നു. നെക്സ്റ്റ് സൺഡേ അമേരിക്കയിലേക്കു പോകും.'

മകന്നു മുന്നിൽ വാക്കുകൾ വരണ്ടുപോയ ദാമോദരൻ നമ്പ്യാരുടെ കണ്ണുകൾ ചുവന്നുതുടുത്തു.

ചെക്കിപ്പഴം പോലെ ചുവന്നു.

'മോട്ടു ... അച്ഛനെ നന്നായി നോക്കണം ..'

നീല നിറത്തിലുള്ള ഏതാനും നോട്ടുകൾ മോട്ടുവിന്റെ കൈകളിലിട്ടു കാറിലേക്ക് നടക്കുന്ന മകനെ നോക്കി ദാമോദരൻ നമ്പ്യാർ മോട്ടുവിനോടു ചേർന്നു നിന്നു.

പറമ്പിനോടു ചേർന്ന് കൂട്ടിവെച്ച വാഴക്കുലകൾക്കരികിലായ് വലിച്ചെറിഞ്ഞ കൂട്ടിന്നരികിൽ നിന്നും നിർത്താതെ കരഞ്ഞ, തൂവൽ മുളക്കാത്ത പക്ഷിക്കുഞ്ഞുങ്ങളിൽ ഒന്ന് നിശ്ചലമായി കിടക്കുന്നു. അതിന്റെ അടഞ്ഞുപോയ രണ്ടു കൺപോളകൾക്കും അപ്പോൾ നീല നിറമായിരുന്നു.

●

www.ingramcontent.com/pod-product-compliance
Lightning Source LLC
LaVergne TN
LVHW060146051026
849517LV00007B/2574
9789393397690